# இயற்கை உரம் தயாரிப்பது எப்படி?

சேதுநாடன்

சத்யா

Title:
Iyarkai uram
thayaripathu eppadi
sethunadan
ISBN: 978-93-6666-935-9
Title Code : Sathyaa - 89

நூல் தலைப்பு
இயற்கை உரம்
தயாரிப்பது எப்படி?

நூல் ஆசிரியர்
சேதுநாடன்

முதற் பதிப்பு
07./2024

விலை : ரூ.60/–

பக்கம் : 55

Printed in India
**Published by**
**Sathyaa Enterprises**
No.137, First Floor,
Choolaimedu,
Chennai - 600 094.
044 - 4507 4203
Email
sathyaabooks@gmail.com

## உள்ளே

| | |
|---|---:|
| 1. உடலுக்கு தீங்கற்ற உணவு உற்பத்தி | 5 |
| 2. மண்ணை மலடாக்கும் இரசாயன உரங்கள் | 7 |
| 3. மண்புழு உரம் தயாரிப்பது எப்படி | 10 |
| 4. பசுந்தாள் உரம் பயிருக்கு நல்லது | 13 |
| 5. பழக்காடி கரைசல் | 15 |
| 6. ஆடிப்பட்டம் தேடி விதை | 16 |
| 7. களைகளை அழிக்கும் இயற்கை களைக்கொல்லி | 18 |
| 8. உயிர் உரமும் பூச்சி விரட்டிகளும் | 20 |
| 9. நஞ்சிலிருந்து நம் மண்ணை மீட்போம் | 25 |
| 10. வேட்டைக் காடாகும் விவசாய நிலங்கள் | 28 |
| 11. விளை நிலங்களின் உருமாற்றம் தடுப்போம்! | 33 |
| 12. இந்திய வேளாண்மை பருவக்காற்றின் சூதாட்டம் | 35 |
| 13. மகசூல் பெருக்க இயற்கை உரம் | 39 |
| 14. உழவும் இயற்கை உரமிடுதலும் | 46 |
| 15. இயற்கை வேளாண்மையை எங்கும் விதையுங்கள் | 55 |

இயற்கை உரம் தயாரிப்பது எப்படி?

# உடலுக்கு தீங்கற்ற உணவு உற்பத்தி

இயற்கை வேளாண்மை என்பது செயற்கை உரம், செயற்கை பூச்சிக்கொல்லி மருந்துகள், செயற்கை வளர்ச்சி ஊக்கிகள், கோழி மற்றும் கால்நடை எச்சங்கள், மரபணு மாற்றப்பட்ட உயிரினம் மற்றும் மனித சாக்கடை கழிவுகள் ஆகியவற்றை முற்றிலும் ஆக தவிர்த்து, பயிர் சுழற்சி பசுந்தால் உரம், மக்கிய இயற்கை உரம், உயிரியல் நிர்வாகம் போன்ற இயற்கை சாகுபடி முறைகளை அடிப்படையாகக் கொண்டது ஒரு வேளாண்மை முறையாகும்.

வேளாண்மையின் முக்கியத்துவத்தை அறிந்ததால் தான் அனைத்து முன்னணி நாடுகளும் போட்டி போட்டு பாதுகாத்து வருகின்றன, இயற்கை வேளாண்மை நாட்டில் வளர வேண்டும் என தமிழக அரசு 1966–ஆம் ஆண்டு பசுமைப் புரட்சி கொண்டு வரப்பட்டது

பெருகிவரும் மக்கள் தொகையின் காரணமாக அனைத்து நாடுகளும் தானியங்களும், காய்கறிகளும் அதிகமாக வேண்டும் என செயற்கை உரங்களை பயன்படுத்தி அரைவான விளைச்சலைப் பெற ஆரம்பித்து விட்டன.

இப்படி அனைத்து வேளாண்மையிலும் செயற்கை உரங்களை

பயன்படுத்துவதால் காய்கறிகளில் இருக்கும் ஊட்டச்சத்து குறைந்தது மட்டுமின்றி மண்ணின் வளத்தையும் பாதிக்கின்றன.

ஊட்டச்சத்து நிறைந்த காய்கறிகளை, தானியங்களை சாப்பிடுவதால் குழந்தைகள் இளமைதிலேயே நோய்வாய் படுகின்றனர். இவை மனிதர்களின் உடலை தாக்குவதோடு சுற்றுப்புறச் சூழலையும் மாசடை செய்கின்றன. செயற்கை உரங்கள், பூச்சிக்கொல்லி மருந்துகள் செடிகளுக்கு விஷத்தன்மையை கொடுக்கிறது.

நம்முடைய மண்வளத்தையும் இயற்கை வளத்தையும் பாதுகாப்பதற்கு இயற்கை வேளாண்மை சிறந்த ஒன்று. இயற்கை வேளாண்மையை விவசாயத்தில் பயன்படுத்துவதால் மண்ணின் வளம் மேம்படுகிறது. மண்ணின் தன்மை சிதைவடையாமல் இருக்க உதவுகிறது.

இயற்கை வேளாண்மையில் தரமான விதை மண்புழு உரம், பசுந்தால் உரம், சாணம், உதிர்ந்த இலைகள், மக்கும் குப்பைகள், உபயோகப்படுத்தப்பட்ட டீ காபித்தூள் போன்ற இயற்கை உரங்கள் பயன்படுத்தப்படுவதால் நல்ல மகசூல் கிடைப்பதோடு, சத்துள்ள காய்கனிகளும் கிடைக்கின்றன.

நிலங்களின் தன்மையை மீட்டெடுப்பதற்கும் இயற்கை வேளாண்மை பெரிதும் உதவுகிறது. உடலுக்கு தீங்கற்ற உணவு உற்பத்திகளை மேற்கொள்வதற்கும் ஒரு நாட்டின் பொருளாதாரத்தை உயர்த்துவதற்கும் இயற்கை வேளாண்மை அவசியம்.

ஒரு மனிதன் உயிர் வாழ்வதற்கு வாழ்வதற்கு நீர் எவ்வளவு அவசியமோ அதே போன்று மனிதன் நோயின்றி ஆரோக்கியமாக வாழ்வதற்கு சத்துள்ள உணவு அவசியம்.

இயற்கை வேளாண்மை சுற்றுப்புறத்திற்கு நன்மையையும் மனிதர்களுக்கு சத்துள்ள உணவுகளையும் கொடுக்கிறது இயற்கை உரங்களை பயன்படுத்தி வேளாண்மையை பெருக்குவதை பூமியில் வாழும் அனைவரின் கடமையாகும்.

## மண்ணை மலடாக்கும் இரசாயன உரங்கள்

நமது வயல்களில் தொடர்ந்து ரசாயன உரங்களை அதிகம் பயன்படுத்தி வருவதாலும், பூச்சிக்கொல்லி மருந்துகளை அதிகம் பயன்படுத்துவதாலும் மண்வளம் குறைந்து வருகிறது.

மேலும் நச்சு கலந்த உணவைப் பெற வேண்டி உள்ளது. ரசாயனம் உரங்களால் வயல்கள் பாதிக்கப்படுவதுடன் சுற்றுச்சூழலும் மாசுப்படுகிறது.

எனவே ரசாயன உரங்கள், பூச்சிக்கொல்லி மருந்துகள் ஆகியவற்றைத் தவிர்த்து இயற்கை வழி வேளாண்மையை கடைப்பிடிக்க வேண்டியதன் அவசியம் உருவாகி உள்ளது.

நீர்வளங்களைப் பாதுகாத்து மாசற்ற நீரைத் தக்கவைத்தல், இயற்கை சூழல், மாசுபடாமல் காத்தல், உணவு நஞ் சாவதைத் தடுத்து உயிரினங்களைப் பாதுகாத்தல் மண்ணின் மலட்டுத்தன்மையை நீக்கி பொன் விளையும் பூமியாக மாற்றும்.

சுற்றுச்சூழலுக்கும் உயிரினங்களுக்கும் கேடு ஏற்படாமல் தடுத்து, ரசாயன உரங்களைத் தவிர்த்து சாகுபடி செய்வதை இயற்கை வேளாண்மை ஆகும்.

இயற்கை வழி வேளாண்மைக்கு மிகவும் அவசியமானது இயற்கை உரங்களும் அவற்றை தயாரிக்கும் முறைகளுமே ஆகும்.

இப்போதெல்லாம் மாடித்தோட்டம் வைத்திருப்பவர்கள் வீட்டுத் தோட்டம் வைத்திருப்பார்கள் பழங்கள் மற்றும் காய்கறிகளை இயற்கையான முறையில் உற்பத்தி செய்த வண்ணம் உள்ளனர்.

இருப்பினும் பயிர்களுக்கு அதிக ஊட்டம் அளிக்க மண் புழு உரம் அல்லது மண்புழு எரு மிகவும் பயன்படுகிறது.

கார்ப்பரேட் நிறுவனங்கள் தங்கள் வீரிய ரக விதைகளைப் பரப்ப மேற்கொள்ளும் வியூகங்கள், மரபணு மாற்ற விதைகளின் அச்சுறுத்தல்கள் என நவீன விவசாயம் திணிக்கும் அனைத்து இடையூறுகளையும் நாட்டுவிதைகளின் பரவலாக்கம் தடுத்து நிறுத்தும்.

விதைகளே பேராயுதம் என்று இயற்கை விஞ்ஞானி நம்மாழ்வார் அடிக்கடி கூறுவார்.

மரவை மீட்கவும் நமது எதிர்காலச் சந்ததி நலமாக இருக்கவும் கண்ணுக்குப் புலப்படாத பிரம்மாண்டச் சக்திகளுக்கு எதிராகப் போராடவும் நாட்டு விதைகளே நம் கையிலிருக்கும் எளிய அதே நேரம் வலுவான ஆயுதங்கள் என்பார் நம்மாழ்வார்.

நாட்டு விதைகளை அடையாளம் காண்பதிலும் அவற்றின் சாதகம் அம்சங்களை உணர்ந்து கொள்வதிலும் உள்ள தடைகளை உழவர்கள் முதலில் களைய வேண்டும்.

பரஸ்பர விதைகளைப் பரிமாறிக் கொள்வது புதிய விவசாயிகளிடம் அவற்றைப் பரப்புவது போன்றவற்றையும் அவர்கள் மேற்கொள்ளலாம்.

அந்தந்தப் பகுதி முன்னோடி உழவர்கள் மற்றும் விதைகள் இருப்பு வைத்திருப்பவர்களை அடையாளம் கண்டு அவர்களின் உதவிகளைப் பெறலாம்.

நாட்டு விதை ரகங்களைப் பயன்படுத்தும் உழவர்களை அரசு ஊக்குவிக்க வேண்டும். அதற்கான சலுகைகளையும் வழங்கலாம். நாட்டு விதை ரகங்களை கண்டறியவும் அவற்றை அழிவிலிருந்து மீட்கவும் நடவடிக்கைகள் தேவை.

## மண்புழு உரம் தயாரிப்பது எப்படி

மண்புழு உரம் மற்றும் மண்புழு எரு நம் வீட்டிலேயே எளிமையாக செலவில்லாமல் தயாரிக்க முடியும்.

இந்த மண்புழு உரம் தயாரிக்க முதலில் தோட்டக்கழிவுகள், சமையலறை கழிவுகள், மற்றும் வீட்டில் உள்ள மக்கக் கூடிய கழிவுகளை மக்க வைக்க வேண்டும்.

இவை நன்றாக மக்குவதற்கு 45 முதல் 60 நாட்கள் ஆகும். அதுவரை ஒரு தொட்டியில் அல்லது ஒரு குழியில் போட்டு வைக்க வேண்டும்.

கழிவு நன்றாக மக்கிய பிறகு அவற்றில் மண்புழுக்களை விட வேண்டும்.

அதிலிருந்து 60 நாட்கள் கருப்பு நிறம் கொண்ட மண்வாசனை நிறைந்த மண்புழு எரு தயாராகிவிடும். உரம் தயாராகிவிட்டது என்பதற்கு அதன் வாசனை மாற்றம் முக்கியமானது.

இந்த மண்புழு உரத்தை போலவே மண்புழு குளியல் நீரும் பயிர்களுக்கு ஊட்டம் தரும்.

மண்புழு உரம் உள்ள தொட்டியில் தண்ணீரை சொட்ட விடுவதன் மூலம் மண்புழு குளியல் நிறை தயாரிக்க முடியும்.

சொட்டு நீர் கீழே இறங்கும்போது மண்புழுவின் உடலில் சுரக்கும் திரவத்தையும் எருவில் உள்ள சத்துக்களையும் கழுவிக்கொண்டு கீழே வந்து சேரும்,

இந்த மண்புழு குளியல் நீரை அப்படியே பயன்படுத்தக்வடாது. ஒரு லிட்டர் மண்புழு குளியல் நீர் கிடைத்தால் அத்துடன் 10 லிட்டர் நல்ல தண்ணீர் சேர்த்து நிர்க்கச் செய்து அதைப் பயிர்களுக்கு தெளிக்க வேண்டும்.

இந்த மண்புழு உரத்தில் தாவரத்திற்கு தேவையான அனைத்து முதன்மையான சத்துக்களும் உள்ளன.

மண்புழு உரம் தாவரங்களின் ஒட்டுமொத்த வளர்ச்சி ஊக்குவிக்கிறது.

புதிய இலை, தண்டுகளின் வளர்ச்சியை ஊக்குவிப்பதோடு மட்டுமல்லாமல் தாவரங்களிலிருந்து கிடைக்கும் உற்பத்தி பொருட்களின் தரத்தையும் அதிகரிக்கிறது.

மண்புழு உரத்தினைக் கையாளுவது பயன்படுத்துவது மற்றும் சேமித்து வைப்பதும் எளிது. மண்புழு உரத்தில் எந்த கெட்ட வாசனையும் கிடையாது,

இந்த மண்ணின் கட்டமைப்பு, காற்றோட்டம், தண்ணீரை சேமித்து வைக்கும் திறன் ஆகியவற்றை மேம்படுத்துவது மட்டுமின்றி மண் அரிப்பையும் தடுக்கிறது.

மண்புழு உரத்தில் நன்மையளிக்கும் நுண்ணுயிர்கள் அதிகம் உள்ளதால் மண்ணின் சூழலை மேம்படுத்துகின்றன.

இவை மண்ணில் மண்புழுக்கள் உற்பத்தியை அதிகரிக்கின்றன.

மண்புழு உரத்தில் நோய் ஏற்படுத்தும் கிருமிகள், நச்சுப் பொருட்கள் மற்றும் களைச்செடி விதைகள் எதுவும் இல்லை.

மண்புழு உரங்கள் நோய்க் கருவிகள் மற்றும் நோய் ஏற்படுவதைக் குறைக்கின்றன. இவை மண்ணில் உள்ள பொருட்களை எளிதில் மக்கள் செய்கின்றன.

மண்புழு உரத்தில் வைட்டமின்கள் நொதில்கள், ஆக்ஸிஜன்கள் மற்றும் ஜிட்ரலின்கள் போன்ற ஹார்மோன்கள் அதிகம் உள்ளன.

## பசுந்தாள் உரம் பயிருக்கு நல்லது

பசுந்தாள் உரம் என்பது ஒரு குறுகிய கால சதைப்பற்றான பயிரை பயிரிட்டு அதை அதே நிலத்தில் மடக்கி உழுவதாகும்.

இவற்றில் முக்கியமானவை பயிர்கள் என எடுத்துக் கொண்டால் அவை தக்கைப்பூண்டு கொழுஞ்சி, சணப்பம் அகத்தி, சீமைய அகத்தி போன்றவையாகும்.

இந்த உரம் தழைச்சதாக பயன்படுகிறது. நுண்ணுயிர்களை செயல் திறன் பெறச் செய்கிறது. பசுந்தாள் உரங்கள் மண் அரிப்பினால் ஏற்படும் இழப்பைக் குறைக்க உதவுகின்றன.

நீர்ப்பிடிப்பி கொள்ளவை அதிகப்படுத்தும் தன்மை பசுந்தாள் உரத்திற்கு உள்ளது. பயிர்களின் வளர்ச்சி மற்றும் நல்ல மகசூல் பெற ஊட்டச்சத்துவாக கலப்பு உரம் பயன்படுகிறது.

இந்த கலப்பு உரத்துக்கு நாட்டு மாட்டின் சாணம் ஆட்டுப்புழுக்கை எரு, இலை தழைகள் இவற்றை சரிவிகிதத்தில் கலந்து கொள்ள வேண்டும். இதுவே கலப்பு உரமாகும்.

இவற்றை தயார் செய்ததும் வயல்களில் பயன்படுத்தலாம். இதில் சமையலறை கழிவுகள், குப்பைகள் என மக்கக் கூடிய அனைத்து கழிவுகளையும் பயன்படுத்தலாம்.

இவற்றை உழவுக்கு முன் தூவி விட்டு உழுது பயிர்களை பயிரிடலாம்.

கலப்பு உரம் இடுவதால் மண்ணிற்கு தேவையான அனைத்து இயற்கை இடு பொருட்களும் சம அளவில் இருப்பதால் பயிர்களுக்கு அனைத்து விதமான சத்துக்களும் கிடைக்கின்றன.

இதனால் நன்கு வளரும் பூச்சி மற்றும் நோய் தாக்குதல் குறையும்.

## பழக்காடி கரைசல்

பழக்காடி கரைசல் என்பது கனிந்த பழங்களை கொண்டு தயாரிக்கப்படும் கரைசல் ஆகும். இதற்கு சாணம், கெட்டுப்போன பழங்களின் கூழ், தொல்லுயிர் கரைசல், தண்ணீர், ஜீவாமீர்தம், தேமோர் முதலியவற்றை நன்றாக கலக்கி பிளாஸ்டிக் ட்ரம்மில் 15 நாட்கள் வரை நொதிக்க விட வேண்டும்.

பிறகு இடைப்பட்ட நாட்களில் காலையும் மாலையும் நன்கு கிளறி விட வேண்டும். 15 நாள் கழித்து பழக்காடி கரைசலை வடிகட்டி இரண்டு லிட்டருக்கு 20 லிட்டர் தண்ணீர் சேர்த்து தெளிப்பான் மூலம் பயிர்களுக்கு தெளிக்க வேண்டும்,

பயிர்களுக்கு பழக்காடி தெளிப்பதால் நுண்ணுயிரிகள் பன்மடக்கு பெருகும். இந்தக் கரைசலை மாதம் ஒருமுறை பயன்படுத்தினால் போதுமானது.

இதனால் பயிர்களுக்கு இலை வழியாக ஊட்டம் கிடைக்கும். மேலும் இந்த கரைசலை அனைத்து பயிர்களும் பயன்படுத்தலாம். இதை தெளிப்பதால் காய்கறிகள் மற்றும் பழங்கள் சுவை அதிகமாக இருக்கும்.

## ஆடிப்பட்டம் தேடி விதை

ஆடிப்பட்டம் தேடி விதை என்பது பழமொழி, ஆடிப்பட்டம் பார்த்து விதைப்பது மட்டும் போதாது. நிலத்திற்கு ஏற்ற பயிர்களை அந்தந்த பயிர் பட்டங்களில் விதைத்தால் லாபம் அடையலாம்.

வெங்காயம் பயிரிட வைகாசி, புரட்டாசி, மார்கழி ஆகிய மாதங்கள் உடைய பட்டங்களாகும் பீர்க்கங்காய் பாலை, புடலைக்கு சித்திரை ஆடி ஆவணி ஏற்றபட்டமாகும்.

ஆடி, மாசி கத்தரிக்கு ஏற்ற பருவம் மாசி பங்குனி வெண்டை பயிரிடலாம். மிளகாய், கொத்தவரைக்கு ஆவணி, வைகாசி, ஆணி, புரட்டாசி, கார்த்திகை, தை, மாசி புரட்டாசி ஐப்பசியில் முருங்கை பயிரிடலாம்.

புரட்டாசி ஐப்பசியில் முருங்கை பயிரிடலாம். எள்ளுக்கு ஆடி சித்திரை ஏற்ற பருவம். சூரியகாந்தி பயிரிட ஆடி, கார்த்திகை, மாசி ஏற்றபட்டமாகும்.

நெல்பயிரிட புரட்டாசி, ஐப்பசி கார்த்திகை ஏற்ற பருவமாகும்.

உளுந்துக்கு ஆடி, மாசி ஏற்ற பருவம். கம்பு பயிரிட மாசி, பங்குனி ஏற்ற பருவம்.

நாட்டுச் சோளம் விதைக்க சித்திரை, மாசி கார்த்திகை ஏற்ற காலமாகும்.

ஆடி, ஆனி, கார்த்திகை, மார்கழியில் தென்னை பயிரிடலாம்.

கரும்புக்கு ஏற்றது கார்த்திகை, தை வாழை கார்த்திகை மார்கழியில் பயிரிடலாம்.

பருத்தி ஆவடிண புரட்டாசியில் பயிரிடலாம். பயிறு வகைகளுக்கு அடி மாதம் ஏற்றது.

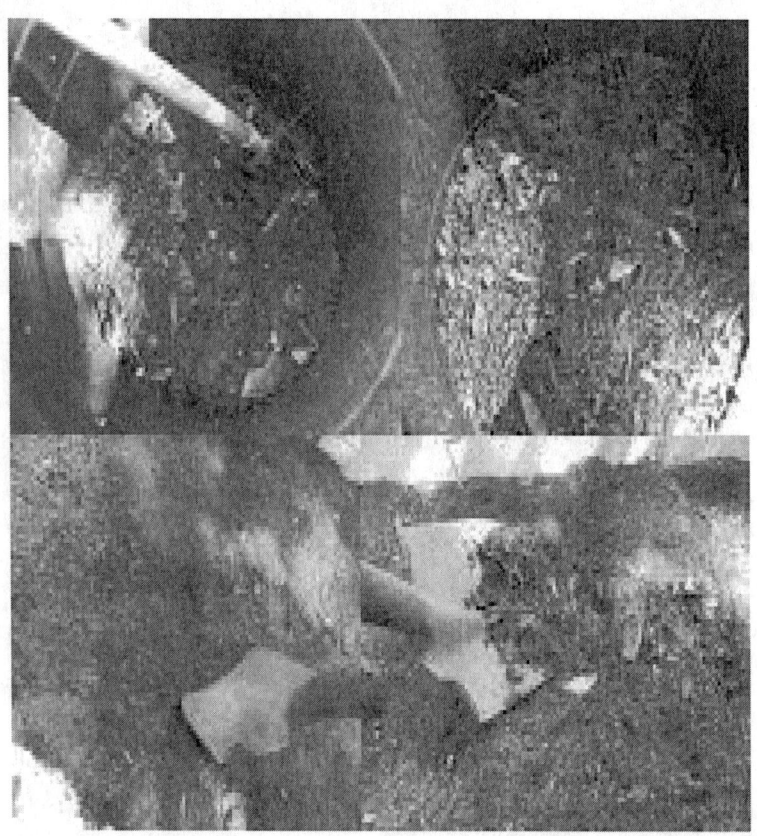

# களைகளை அழிக்கும் இயற்கை களைக்கொல்லி

களைகளை அழிக்க ரசாயன களைக் கொல்லிகளை பயன்படுத்துவதால் மண் மலடாக்குவதுடன், மனிதன் உடலையும் மலடாக்கி விடுகிறது. எனவே களைகளை அழிக்கும் இயற்கைகளைக் கொல்லிகளை எப்படித் தயாரிப்பது என்பதைக் காண்போம்.

மாட்டு கோமியம், கடுக்காகொட்டை, எலுமிச்சம் பழம் ஆகிய பொருட்கள் கோரை, அருகு போன்ற களைகளை அழிக்க போதுமானது.

100 லிட்டர் கோமியத்தை சேகரித்து பிளாஸ்டிக் தொட்டியில் ஊற்றி மழை வெயில் படாமல் ஒரு மாதம் வைத்திருக்க வேண்டும்.

தொட்டியின் மேல் பகுதியில் சணல் சாக்கினை கொண்டு முடி வைக்கவும். பிறகு மூன்று கிலோ கடுக்காய் கொட்டைகளை வாங்கி அதனை நன்றாக இடித்துக் கொள்ளவும். அதனை சேகரித்து ஆகிய ஒரு மாதம் ஒரு லிட்டர் கோமியத்தில் போடவேண்டும்.

பின் அத்துடன் ஒரு எலுமிச்சம் பழத்தை பிழிந்து கலக்க வேண்டும். எலுமிச்சை தோலையும் அந்தக்கலவையில்

போட்டு கலக்கவும். இவற்றை 15 நாட்கள் ஊறவிட வேண்டும். தினமும் இரண்டு முறை கலக்கிவிட வேண்டும்.

ஒரு மாதம் ஆன பழைய கோமியம் 7 லிட்டர் எடுத்து அதில் கலவையை சேர்த்து கலக்கவும்.

பின்னர் கைத் தெளிப்பானை எடுத்து அதில் இந்த கலவையை ஊற்றி களைகளின் அனைத்து பகுதிகளிலும் படும்படி நன்றாகத் தெளித்தால் ஒரு வாரத்தில் களைகள் கருகும்.

கடுக்காய் கொட்டைகளை இடிக்கும் போது மூக்கில் துணி கட்டிக் கொள்ள வேண்டும். அதன் துகர்கள் சுவாசக் குழாய்கள் வழியாக சென்றால் காய்ச்சலை உருவாக்கும்.

தொளிப் பிறகு கைதொளிப்பானை மட்டுமே பயன்படுத்த வேண்டும். தெளிக்கும் போது பயிரின் மேல் படாமல் பார்த்துக் கொள்ள வேண்டும்.

தெளிப்பிற்கு முதல் நாள் தண்ணீர் பாய்ச்ச வேண்டும். தெளிப்பிற்கு பின் 5 நாட்களுக்கு தண்ணீர் பாய்ச்ச கூடாது.

## உயிர் உரமும் பூச்சி விரட்டிகளும்

துரிதமாக மக்கி கம்போஸ்ட் செய்யவும் அதன் உயிர் உரங்கள் கலந்து தரமான இயற்கை உரமாக தயிர் செய்யும் முறையினை விஞ்ஞானிகள் புதிதாக அறிமுகம் செய்துள்ளனர்.

இதற்கு தேவையான பொருட்கள் நெல் வைக்கோல் மற்றும் பண்ணைக்கழிவுகள், காய்ந்த தரைச்சத்து மிக்க இலைகள், சாணம், கம்போஸ்ட் செய்யும் நுண்ணுயிரிகள், சத்துக் கொடுக்கும் உயிர் உரம், தண்ணீர், நான்கு அங்கல துளை செய்யடபபட்ட மூங்கில்கள் 5 பிளாஸ்டிக் சாக்குகள், மண்வெட்டி, தட்டுகள் பூவானி முதலியன ஆகும்.

ஒரு பங்கு சாணத்துடன் மூன்று பங்கு பண்ணைக் கழிவுகளுடன் கலந்து கொள்ள வேண்டும். ஆறு மீட்டர் நீளமும் 1 மீட்டர் அகலமும் 1 1/2 மீட்டர் உயரமும் கொண்ட குவியல் அமைக்க வேண்டும்.

குவியில் மீது பூவாளியால் தண்ணீர் தெளிக்கவும். குவியல் நன்கு நனைய வேண்டும். ஆனால் தண்ணீர் குவியலை விட்டு வெளியே வரக்கூடாது. பின்னர் குவியலை மக்கவைக்கும் நுண்ணுயிர் கலவையினை தூவவேண்டும்.

அதன்பிறகு குவியலின் மீது 1 மீட்டர் இடைவெளிவிட்டு மூங்கில்களை வைக்கவும். இது காற்றோட்டத்தை கொடுக்கும்.

மூங்கில்கள் வைத்த பின்பு மீண்டும் 1 1/2 மீட்டர் உயரம் சாணம், பண்ணை கழிவுகளைச் கொண்டு மீண்டும் மீண்டும் அடுக்கி அமைக்கவும். மேலே நீர் தெளித்து பிளாஸ்டிக் சாக்குகள் கொண்டு மூடவும்.

இரண்டிலிருந்து மூன்று வாரங்களில் குவியல் மக்சி குவியல் அளவு குறையும். குவியில்களை களைத்து களைத்து மூன்று பங்காக்கவும்.

முதல் அடுக்கு போட்டு அதன் மீது உயிர் உரக்கலவையினை தூவ வேண்டும்.

பின்னர் அடுத்த அடுக்கினைப் போட்டு மீண்டும் உயிர் உரக்கலவையினைத் தூவவும் மீண்டும் மூன்றாவது அடுக்கைப் போட்டு மூடவும். பின்னர் நன்கு மண்வெட்டி கலக்கவும் மீண்டும் குவியலாக்கி மீண்டும் ஒரு வாரம் மூடிவைக்கவும், உயிரியல் அங்கக உரம் இப்போது தயார். ஈரம் காயாமல் வைத்து ஆறு மாதங்கள் வரை இதனை பயன்படுத்தலாம்.

திடீர் பூச்சிதாக்குதலை கட்டுப் படுத்த சில எளிய வழிமுறைகள் உள்ளன. இஞ்சி பூண்டு கரைசல் இஞ்சி 1 கிலோ, பூண்டு 1 கிலோ, பச்சை மிளகாய் 1 கிலோ, மூன்றையும் அரைத்துக் கொள்ள வேண்டும். அதனுடன் 1 லிட்டர் கோமியம் சேர்த்துக் கலக்க வேண்டும்.

அதனை 10 லிட்டர் தண்ணீருக்கு ஒன்று அரை கரைசலை சேர்த்து பயிரின் இலைகளில் நன்கு படும்படி தெளித்தால் பூச்சிகட்டுப்படும்.

புகையிலை கரைசல் 1 கிலோ புகையிலையை நன்கு கொதிக்க வைத்து வடிகட்டி சாறு எடுத்து அதனுடன் 1 லிட்டர் கோமியம் சேர்க்க வேண்டும். இந்தக்கரைசலை 10 லிட்டர் தண்ணீருக்கு 300 மிலி அல்லது 1 1/2 கரைசலை சேர்த்து

பயிரின் இலைகளில் நன்கு படும்படி தெளித்தால் பூச்சி கட்டுப் படும்.

பஞ்சகவியம் இயற்கை திரவ உரம். பஞ்சகவியம் வரும் பிணிகாப்பதும், வந்த பிணி தீர்ப்பதும் பஞ்சவியம் ஆகும். இயற்கை விவசாயிகளுக்கு இது ஒரு வரப் பிரசாதமாகும்.

பஞ்சகவியம் தயாரிக்க தேவையான பொருட்கள், பசுஞ்சாணம் 5 கிலோ, பசுநெய் 1 கிலோ, பசும்பால் 2 லிட்டர் பசுந்தயிர் 2 லிட்டர் பசுங்கோமியம் 3 லிட்டர் கரும்புச்சாறு 3 லிட்டர் இளநீர் 1 லிட்டர் கள் அல்லது ஈஸ்ட் 2 லிட்டர் அல்லது 200 கிராம் வாழைப்பழங்கள் 12 முதலியனவாகும். நெய்க்கு பதிலாக கடலைப் பிண்ணாக்கு முதல் நாள் தண்ணீரில் ஊறவைத்து பயன்படுத்தலாம்.

ஐந்து கிலோ பசும் சாணி உடன் ஒரு லிட்டர் பசுநெய் கலந்து ஒரு வாளியில் 3 நாட்கள் வைக்கவும். தினமும் ஒரு முறை இதைக் கையில் பிசைந்து விடவும்.

நான்காம் நாள் மற்ற பொருள்களுடன் இதை வாயகன்ற மண் பானை அல்லது சிமிண்ட் தொட்டியில் போட்டுக் கையால். நன்கு கலக்கி பானையின் வாயை மூடி நிழலில் வைக்கவும்.

தினமும் இரு வேளை நன்கு கலக்கி விடவும். அதிக கலக்கினால் மீத்தேன் வாயு முற்றிலுமாக வெளியேறும். அதிக அளவில் பெருகி மிகுந்த பலனை கொடுக்கும்.

இப்படி 15 நாட்கள் செய்து வந்தால் பஞ்சகவ்யா கரைசல் தயாராகி விடும். இதை ஆறுமாதம் வரை தினமும் கலக்கிவிட்டு கரைசல் கெடாமல் வைத்து பயன்படுத்தலாம்.

தண்ணீர் குறைந்த கலவை கெட்டியானால் மீண்டும் போதிய அளவு தண்ணீரை சேர்த்து கலக்கி வரவேண்டும். நாட்கள் அதிகமான கலவைக்கு அதிகபலன் உண்டு.

கரும்புச்சாறு கிடைக்காவிட்டால் அரைக் கிலோ

நாட்டுச்சர்க்கரை பனைவெல்லத்தை 3 லிட்டர் தண்ணீரில் கரைத்துப் பயன்படுத்தலாம்.

பஞ்சகவ்யா எல்லாப் பேரூட்டச் சத்துக்கள் நுண்ணுயிரிச்சத்துக்கள் மற்றும் பயிர் வளர்ச்சி ஊக்கிகளும் மிகுந்த அளவு உள்ள நல்ல உரமாகும். இது 75 சதம் உரமாகவும் 25 சதம் பூச்சிகொல்லியாகவும் செயல்படுகிறது.

பத்து லிட்டர் நீருக்கு 300 மி.லி. பஞ்சகவ்யா கலந்து தெளிப்பான் மூலம் இலை வழி ஊட்டமாக காலை அல்லது மாலை வேளைகளில் தெளிக்கலாம்.

60 லிட்டர் கரைசலை தண்ணீருடன் கலந்து வாய்க்கால் மூலமாகவோ சொட்டுநீர் பாசனமாகவோ, தெளிப்பு நீர் பாசனமாகவோ தொடக்கத்தில் வாரம் ஒரு முறையிலும் பின்னர் 15 நாட்களுக்கு ஒரு முறையிலும் எல்லா பயிருக்கும் தெளிக்கலாம்.

நெல் பயிருக்கு உரமிடும் தருணங்களில் மூன்று முறை பஞ் சகவ்யா 3 சதம் அளவில் தெளிக்கலாம்.

பூச்சி தாக்குதல் அதிகமாக இருந்தால் ஐந்திலை கரைசலை பயன்படுத்தினால் நல்ல பலன் கிடைக்கும்.

இதற்கு தேவையான பொருட்கள் ஆடு தின்னா பாலை இலை, நொச்சி, நுனா, பால்வரும் இலைகளான எருக்கு இலை, மணம் வரும் இலைகளாகிய துளசி, தும்பை, கசக்கும் இலைகளை வேப்பிலை, ஆடாதொடா முதலியனவாகும்.

பிரண்டை சோற்றுக்கற்றாழை ஆகியவற்றில் 5 செடிகளிலிருந்து 5 கிலோ இலையை எடுத்து நன்கு இடித்து 5 லிட்டர் கோமியம் கலந்து 12 மணி நேரம் ஊறவைத்து பயன்படுத்த வேண்டும். 1 லிட்டர் இலை கரைசலை 10 லிட்டர் தண்ணீரில் கலந்து தெளிக்க வேண்டும்.

பயிருக்கு 15 நாட்களுக்கு ஒரு முறை தெளித்து வந்தால் பூச்சி தாக்குதல் இருக்காது.

மீன் அமினோ என்னும் மீன் உரகரைசல் இதற்கு தேவையான பொருட்கள் மீன் அல்லது மீன்கழிவு 1 கிலோ, கரும்பு சர்க்கரை 1 கிலோ தண்ணீர் 1 லிட்டர், மண்பானை ஆகியனவாகும்,.

ஒரு கிலோ மீனை சிறுசிறு துண்டுகளாக வெட்டிக் கொள்ளவும், இத்துடன் ஒரு கிலோ கரும்புச் சர்க்கரையை கலந்து விடவும். இதனை 21 நாள் நொதிக்க விடவும். 21 நாட்களுக்குப் பின் தேன் போன்ற கரைசல் கிடைக்கும். இத்துடன் ஒரு லிட்டர் நீர் சேர்த்து நன்கு கலக்கி பின்னர் வடி கட்டி கரைசலைப் பயன்படுத்தலாம்.

1 லிட்டர் கரைசலுக்கு 10 லிட்டர் தண்ணீர் கலந்து தெளிக்க வேண்டும்.

முட்டை கரைசல் இதற்குத் தேவையான பொருட்கள் கோழி முட்டை 10, எலுமிச்சை 15, பிளாஸ்டிக் பாட்டில் 2 லிட்டர் அளவு சாறு எடுத்துக் வைத்துக் கொள்ளவும்.

பிளாஸ்டிக் பாட்டிலில் முட்டைகளை வரிசையாக அடுக்கவும். எலுமிச்சை பழச்சாற்றினை புட்டியில் முட்டைகள் மூழ்கும் வரை ஊற்றவும். 10 நாட்கள் வைத்திருந்தால் நொதித்து விடும். பின்னர் கரண்டியால் நன்கு கிளறி விட்டால் மூட்டையின் ஓடுகள் நன்கு கரைந்துவிடும்.

அதனை வடிகட்டினால் கிடைக்கும் கரைசல் அளவிற்கு சம அளவு கட்டியான வெல்ல பாகு தயாரித்து ஆறவைத்து ஊற்றவும். பின்னர் 10 நாட்களுக்கு நொதிக்க விடவும் இதுவும் சிறப்பான வளர்ச்சி ஊக்கியாகும்.

1க்கு 10 விகிதத்தில் நீர் கலந்து இலை மூலமாக தெளிக்க வேண்டும். மீன்கரைசல் ஒரு முறையும் முட்டைகரைசலை மறுமுறையும் என மாற்றி மாற்றி பயன்படுத்த வேண்டும்.

# நஞ்சிலிருந்து நம் மண்ணை மீட்போம்

மண்ணுக்கு மகுடம் சூட்டி அழகு பார்க்க வேண்டாம். குறைந்தபட்சம் அதனை மலட்டுத் தன்மையிலிருந்து மீட்டாலே போதும்.

பசுமைப் புரட்சி என்ற பெயரில் மண்ணுக்கு ஒவ்வாத கோடிக்கணக்கான டன் ரசாயன உரங்களை மண்ணில் கொட்டி விவசாயத்தை ஊக்கப்படுத்தியதாகக் கூறி அதை பாழ்படுத்தியுள்ளோம்.

ஒரு மாடு இயற்கையாக பால்சுரப்பதற்கும் அதே மாட்டுக்கு ஊசி போட்டு பால்கறப்பதற்கும் உள்ள வித்தியாசம்தான்.

மண்ணில் இயற்கையாக பயிர்கள் வளர்வதற்கும் உரங்கள் போட்டு பயிர்கள் விளைவிப்பதற்கும் உள்ள வித்தியாசம்.

இந்த மண் உண்மையிலேயே அதிக உயிர்சத்து கொண்டது. ஒவ்வொரு கால கட்டத்திலும் தழை, மணி, சாம்பல் சத்துகள் மற்றும் நைட்ரஜன் மூலம் தன்னை புதுப்பித்தக் கொண்டே இருக்கிறது.

ஒத்து நெல்லு போட்டா கொத்து கொத்தா நெல்லு காய்க்கும்.

பூமித்தாய் அள்ளிக் கொடுப்பதில் கர்ணனுக்கு அன்னை என்றெல்லாம் பூ‘மியை புகழும் நம் கிராமப் புற பொன் மொழிகளை நினைக்க வேண்டும்.

ஆனால் இன்று வானம் பார்த்த பூமிகள் எல்லாம் வானுயற கட்டிடங்களாக ஆக்கிரமிக்கப் பட்டிருக்கின்றன. காரணம் கேட்டால் இந்த மண் மீதே பழியைப் போட்ட விட்டு கடந்து செல்கிறார்கள் விவசாயிகள்

மண்ணின் கருணை நிர்த்துப் போய்விட்டது. சகிப்புத் தன்மை குறைந்து மலட்டுத் தன்மை நிரந்தரமாகிவிட்டதா மண்ணுக்கு.

மண் எப்போதும் அதன் தன்மையினை இழக்காது. நாம் தான் அதன் தனித்தன்மையை இழக்க வைத்துக் கொண்டிருக்கிறோம்.

மரம் செடி கொடிகள், புல் பூண்டுகள் மண்ணில் மக்கியும், ஆடு மாடு கோழிகளின் எச்சங்கள் மண்ணில் கலந்தும் உள்ள நிலையில் தன்னிடம் உள்ள கண்ணுக்குத் தெரியாத பாக்டிரியாக்களைக் கொண்டு இவை இரண்டையும் இணைத்து தனக்குத் தேவையான சத்துக்களை மண்தானே தயார் செய்து கொள்ளும்.

எப்போது செயற்கை உரங்களின் கை உயர்ந்ததோ அப்போதிருந்தே சத்துக்களை தயார் செய்து கொள்ளும் மண்ணின் அமைப்பு மழுங்கடிக்கப்பட்டுவிட்டது.

இதனால் இயற்கையாக செயல்பட முடியாத நிலைக்கு மண்வளம் சென்று கொண்டிருக்கிறது. தொடர்ந்து ரசாயன உரங்கள் பயன்படுத்திக் கொண்டிருப்பதால்தான் பிந்த நிலையில் இருக்கிறோம் என்றே மண்ணுக்க புரியவில்லை.

நம்மண்ணை மீட்க வேண்டுமென்றால் இரசாயன உரங்களின் பயன்பாட்டை நிறுத்தி இயற்கை விவசாயத்துக்கு மாறவேண்டும்.

தன்னையும் காப்பாற்றி மண்ணையும் காப்பாற்றும் விவசாயிதான் உண்மையிலேயே ஒரு சமுதாய சிந்தனையுள்ள மனிதனாக இருக்க முடியும்.

பல ஆண்டுகளாக செயற்கை உரங்களை உள்வாங்கி வெடித்துக் கிடக்கும் மண்ணுக்கு புத்துயில் கொடுப்பது எளிதான காரியம் இல்லை. முதலில் நிலத்தில் கொட்டப்படும் செயற்கை உரங்களை நிறுத்த வேண்டும். அதற்குப் பதிலாக மாட்டுச் சாணம் மண்புழு உரம் போன் இயற்கை உரங்களை பயன்படுத்த வேண்டும்.

## வேட்டைக் காடாகும் விவசாய நிலங்கள்

பன்னாட்டு ஏகபோக நிறுவனங்களின் வேட்டைக் காடாக விவசாய நிலங்கள் மாற்றப்பட்டு, இரசாயன உரங்களின் நச்சுக்குவியலாலும் மரபணு மாற்றப் பயிர்கள் எனும் இயற்கை அழிப்புத் திட்டங்களிலும் பாழ்பட்டுள்ள தமிழக விவசாயத்தை அந்த அழிவிலிருந்து காப்பாற்ற அவர் பல கிராமங்களுக்குச் சென்று விவசாயிகளைச் சந்தித்து கருத்தரங்குகளும் பயிற்சி வகுப்புகளும் நடத்தி இயற்கை வேளாண்மை முறைகளை மீட்டெடுத்தார்.

இரசாயன உரத்துக்கு மாற்றாக பயிர் சுழற்சி வேளாண்மைத்துறையின் மூலம் அதை ஈடுசெய்ய முடியுமென்பதை அவர் அறிவியல் ரீதியாக செயல் படுத்திக்காட்டினார்.

கேடுவிளைவிக்கும் மரபணு மாற்றப் பயிர்களை எதிர்த்த அவர் பாரம்பரிய ஒட்டு ரகங்களை உருவாக்கினார்.

ஜப்பானின் இயற்கை வேளாண் விஞ்ஞானியான மாசான புஃகோவா மற்றும் ஸர்னார்ட் ரேச்சல்கார்சன், குமரப்பா, தபோல்கார் முதலான இயற்கை வேளாண் வித்தகர்களின்

மூலம் அறிந்த தொழில் நுட்பத்தையும் தனது அனுபவ அறிவினால் உணர்ந்ததையும் அவர் சாமானிய விவசாயிகள் புரிந்து கொள்ளும் மொழியில் விளக்கினார்.

வெள்ளைத் தாடியுடன் தமிழக உழவனின் தோற்றத்தில் துண்டு போர்த்திய வெற்றுடம்புடன் எளிமையாகத் திகழ்ந்த அவர், காவிரி டெல்டா மாவட்டங்களில் மீத்தேன் வாயு எடுக்கும் பேரழிவுத்திட்டத்துக்கு எதிராக கிராமம் கிராமமாகப் பிரசாரத்தில் ஈடுபட்டிருந்த போது இயற்கை எய்தியது மிகவும் பேரிழப்பான வேதனைக்குரிய செய்தியாகும்.

மண்ணுக்கும் மனிதர்களுக்கும் கேடு விளைவிக்கும் ரசாயன விவசாயத்தின் தீமைகளை உரக்கக் கூறிய அவர் இயற்கை விவசாயத்தை வெற்றிகரமாக செய்வதற்கும் பல வழிமுறைகளை கற்றுக் கொடுத்திருக்கிறார்.

இனி விவசாயமே செய்ய முடியாது என்று கைவிடப்பட்ட நிலங்களை பண்படுத்தினார். சுனாமியால் உப்பு பூத்த நிலங்களில் மீண்டும் பச்சயம் துளிர்விடச் செய்தவர் நம்மாழ்வார்.

சுனாமியால் கடற்கரை அருகே உள்ள நிலங்களில் கடல் தண்ணீர் புகுந்து நிலத்தடி நீர் பாழடைந்தது. ஏற்கனவே கடன், வாபமின்மை, ஆள்பற்றாக்குறை என விவசாயிகள் தத்தளித்துக் கொண்டிருந்த நேரம். அச்சமயம் விவசாயிகளின் நம்பிக்கை ஒளிக்கீற்றாக நுழைந்த நம்மாழ்வார் சுழன்று சுழன்று வேலை செய்தார்.

அதுவரை அவருக்கு செவி கொடுக்க மறுத்தவர்கள் அவரின் ஆலோசனைகளை மறுதலித்தவர்கள் அவரை தேடதொடங்கினார்கள். பலர் மெல்ல இயற்கை விவசாயத்தை நோக்கித் திரும்பினார்கள். மரபு விதைகளை மீட்க புறப்பட்டார்கள்.

மீத்தேன் வாயு என்பது எரிவாயு மற்றும் மின் உற்பத்திக்குப்

பயன்படுகிறது. இது பல்வேறு வடிவங்களில் நமக்குக் கிடைக்கிறது.

சாண எரிவாயு கூட மீத்தேன் தான். பூமிக்கு மேலே கழிவுப் பொருட்களில் இருந்து மீத்தேன் கிடைக்கிறது. பூமிக்கு அடியில் பாறை பரப்பில் மீத்தேன் இருக்கிறது.

அப்படி நாகை, திருவாரூர், தஞ்சாவூர் ஆகிய மாவட்டங்களின் நிலப் பகுதியின் கீழ் ஏராளமான மீத்தேன் வாயு உள்ளதாகவும் அதை எடுத்து மின் உற்பத்தி செய்யப் போவதாகவும் சொன்னது மத்திய அரசு.

இதற்கான ஒப்பந்தம் ஹரியானாவில் பதிவு செய்யப்பட்ட கிரேட் ஈஸ்டர்ன் எனர்ஜி கார்ப்பரேஷன் லிமிடெட் என்ற நிறுவனத்துக்கு வழங்கப்பட்டது. ஒப்பந்தம் நூறு ஆண்டுகளுக்கு போடப்பட்டது.

பாகூர் தொடங்கி ராஜமன்னார்குடி வரையிலும் உள்ள 164819 ஏக்கர் சிலப் பரப்பில் பரந்து விலை இருக்கும் திட்டம் இது. இந்த நிலப்பரப்பின் கீழ் சுமார் 6.25 லட்சம் கோடி ரூபாய் மதிப்புள்ள மீத்தேன் வாயு இருப்பதாக கூறப்பட்டுள்ளது.

மீத்தேன் எடுப்பது மட்டுமே நோக்கமல்ல அதற்கும் மேலாக இந்த நிறுவனங்களிடையே பிரமாண்டமான ரகசிய நோக்கங்கள் இருக்கின்றன.

காவிரிப் படுகையின் கீழே மாபெரும் நிலக்கரிச் சுரங்கத்தைக் கண்டறிந்தள்ளனர். முதல் 35 ஆண்டுகளுக்கு மட்டும் தான் மீத்தேன் வாயு. அதைத் தொடர்ந்து மீதம் உள்ள ஆண்டுகளுக்கு நிலக்கரியைத்தான் அகழ்ந்து எடுக்க இருக்கிறார்கள்.

இன்றைய தேவை இயற்கை விவசாயத்துக்கான மண் புரட்சி.

செயற்கை உரத்தைப் போட்டு நிலம் நமது பாரம்பரிய மண்ணை முற்றிலுமாக சக்தியிழக்கச் செய்துவிட்டோம்.

இந்நிலையில் இயற்கை உரங்களைப் போட்டு உடனடியாக

மகசூலைப்பெற வேண்டும் என துடித்தால் உடன் பலன் கிடைக்காது. விளைச்சலே இருக்காது. எனென்றால் செயற்கை உரங்களுக்கு நமது மண்ணை அடிமையாக்கி விட்டோம். அந்த அடிமைத்தளத்திலிருந்து நம்முடைய மண் தன்னை விடுவித்துக் கொள்ள சில காலம் பிடிக்கும் என்கிறார்கள் இயற்கை விவசாயம் செய்துவருபவர்கள்.

தமிழ நாட்டின் ஒரு குறிப்பிட்ட பகுதியில் இருக்கும் விளை நிலங்களைத் தேர்ந்தெடுத்து அம்மண்ணின் இயல்பை சோதித்து அதன் இயற்கை விவசாயத்திற்கு ஏற்றபடி மாற்றும் சோதனை முயற்சியில் முதலில் ஈடுபடவேண்டும்.

நீங்கள் செய்யும் இந்த மண் சோதனை நிச்சயம் வெற்றி பெறும். ஏனென்றால் மண்ணின் இயல்பை அடைய அது எப்போதும் காத்துக் கொண்டுதான் இருக்கிறது.

செயற்கை முறையிலிருந்து இயற்கை முறைக்கு மண்ணை மாற்றும் காலம் வரை அப்பகுதி விவசாயிகளுக்கு நிவாரணத் தொகை கொடுக்கலாம்.

சோதனை முடிவுக்குப்பின் இத்திட்டத்தை தமிழகத்தின் அனைத்து பகுதிகளுக்கும் எடுத்துச் சென்று இயற்கை முறைக்கு மாற்றியமைக்கலாம்.

இன்று நாசமாக்கப்படுவது விவசாயமும் விவசாயிகளும் மட்டுமல்ல. சிறப்புப்பொருளாதார மண்டலங்கள்ட, நச்சு ஆலைகள், இயற்கை மூல வளங்கள் கொள்ளையடிக்கப் படுதல், சிறு தொழில்களும் சில்லறை வணிகமும் நசுக்கப்படுதல் என நாடும் மக்களும் கேள்வி முறையின்றி சூறையிடப்படுகின்றனர்.

இத்தகைய பேரழிவுக்கு காரணமாக இருப்பது ஏகாதிபத்திய மறுகாலனியாதிக்கக் கொள்கைகள். நாட்டையும் மக்களையும் சூறையாடும் மறுகாலனியாதிக்கத்தைப் போரடி முறியடிக்க அரசியல் கிளர்ச்சியாளர்களும் அரசியல் புரட்சிகளும் இன்று உடனடித் தேவையாக இருக்கிறது.

நம்மாழ்வார் விவசாயத்தில் மறுகாலனியாக்கத்தின் கொடிய விளைவுகளை மட்டும் எதிர்த்தாரே தவிர, இதற்குக் காரணமாக உள்ள அரசியல் கட்டமைப்பை எதிர்க்கத் துணிய வில்லை.

இயற்கை வேளாண்மையை மீட்டெடுப்பதன் மூலம் ஏகாதிபத்தயிங்களால் திணிக்கப்பட்டு நறுகாரக் கொள்கைகளை முடமாக்கி விட முடியும் என்று நம்பினார்.

அவர் எவற்றையெல்லாம் எதிர்த்து போராடினாரோ அவற்றைத்திணித்த அரசியல் கட்டமைப்பை எதிர்த்து நிற்காமல் அந்தக் கட்டமைப்பில் உள்ளவர்களுடனும் தன்னார்வக் குழுக்களுடனும் இணைந்து செயல்பட்டார்.

## விளை நிலங்களின் உருமாற்றம் தடுப்போம்!

இந்தியாவில் இன்றைய தலையாயப் பிரச்சனைகளில் ஒன்று விவசாய விளை நிலங்களின் ஆக்கிரமிப்பு. விஞ்ஞானமும் தொழில் நுட்பமும் வளர்ந்ததால் இன்று வழி வழியாக விவசாயத் தொழிலையே கண்ணும் கருத்துமாக கவனித்து வந்த பல குடும்பங்களின் வாரிசுகள் அதனை விட்டு வெளியே வரத் துணிந்ததோடு அவ்விளைநிலங்கள் யாவும் இன்று குடியிருப்புகளாகவும் தொழிற்சாலைகளாகவும் உருமாறிக் கொண்டிருக்கின்றன.

மத்திய வேளாண் அமைச்சகத்தின் அறிக்கையின் படி 2007–08 லிருந்து 2010–11 வரையிலான நான்கு ஆண்டுகளில் மட்டும் விவசாய சாகுபடிக்கான நிலப்பரப்பு 7,90000 ஹெக்டேர் குறைந்திருக்கிறது.

2007ம் ஆண்டில் தேசிய மறுவாழ்வு மற்றும் மறு குடியமர்த்தல் கொள்கை மத்திய அரசால் அறிவிக்கப்பட்டது.

இதன்படி மத்திய வேளாண் அமைச்சகம் குறைந்த வரும் வேளாண் நிலப்பரப்பை தடுப்பதற்கு பல வழி முறைகளைச் சுட்டிக் காட்டியது.

முடிந்தவரை விளை நிலங்கள் வேறு உபயோகங்களுக்காக மாற்றப்படுவது தடுக்கப்பட வேண்டும்.

குறிப்பாக பலதரப்பட்ட சாகுபடிகளையும் மேற் கொள்ளத்தக்க விதத்தில் பாசன வசதியுடன் கூடிய விளை நிலங்களின் பயன்பாடு மாற்றப் படக்கூடாது.

பாசன வசதியுடன் கூடிய விளை நிலங்களை அரசே கூட தனது சொந்தப் பயன்பாட்டுக்கு எடுத்துக் கொள்வது தவிர்க்கப்பட வேண்டும்.

மேலடுக்கில் ஒரு இன்ச் மண் உருவாக்க இயற்கைக்கு ஆயிரம் ஆண்டுகள் தேவைப்படுகிறது. இந்த மேலடுக்கில் மண் நிலத்தில் ஐந்து இன்ச் வரை உள்ளதில் இருந்து தான் தாவரங்களுக்கு தேவையான எல்லாசத்துக்களும் நுண்ணுயிரிகளும் இருக்கிறது.

ஆனால் நம் தலைமுறை மேல் மண்ணை வெகு வேகமாக இழந்து வருகிறோம். இதே வேகத்தில் நாம் மேல் மண்ணை இழந்தால் 60 ஆண்டுகளில் விவசாயமே செய்ய முடியாது என்கிறது உலக உணவு நிறுவனம்.

இப்போதே உலகத்தில் உள்ள மேல் மண்ணில் மூன்றில் ஒரு பகுதி அழிந்துவிட்டது.

மேல் மண் அழிவதற்கு முக்கிய காரணங்கள், ரசாயன உரங்கள், காடுகளை அழிப்பது, வெப்ப மயமாதல் மற்றும் மணல் கொள்ளை என்கிறது உலக உணவு நிறுவனம்.

இதுகுறித்து மனிதகுலம் உடனடி நடவடிக்கை எடுக்காவிட்டால் 2050ல் உழுவதற்கான நிலம் 1960ல் இரந்ததை விட 1/4 அளவே இருக்கும்.

நல்ல மண்வளம் இருந்தால் பல நன்மைகள். நீரை சேமிப்பது, கள்பனை சேமிப்பது. பல உயிரினங்களை வாழவிடுவது என்று மண்வளம் பெருகும்.

# இந்திய வேளாண்மை பருவக்காற்றின் சூதாட்டம்

உணவை உற்பத்தி செய்வதும் அவற்றுடன் கால்நடைகளை வளர்ப்பதும் வேளாண்மை ஆகும். இந்திய வேளாண்மை நீர்ப்பாசனத்தில் பருவக்காற்றையே நம்பி உள்ளது.

எனவே இந்திய வேளாண்மை பருவக் காற்றின் சூதாட்டம் என அழைக்கப்படுகிறது. வேளாண்மை இந்திய நாட்டின் பொருளாதார வளர்ச்சியில் முக்கிய பங்கு ஆற்றுகிறது.

நம் இந்திய நாட்டின் மொத்த உற்பத்தியில் 29.4% வேளாண்மை மூலம் கிடைக்கிறது. நாட்டின் மக்கள் தொகையில் 64% பணியாளர்கள் விவசாயத்தை நம்பியே வாழ்கின்றனர்.

பருவக்காற்றையும் அதன் மழையாவையும் நம்பியுள்ள வேளாண்மையில் ஏற்றத்தாழ்வுகள் அதிகமாக உள்ளன.

இந்திய விவசாய முன்னேற்றம் கிராம பகுதி மக்களின் வாழ்க்கை தரத்தை உயர்த்தியுள்ளது.

ஒரு நாட்டின் விவசாயம் சிறப்பாக நடைபெறவில்லை என்றால் அந்த நாட்டின் பொருளதாரம் மிகவும் பாதிக்கப்படும்.

வேளாண்மை ஒரு நாட்டின் பொருளாதாரத்தில் அச்சாணி போன்றது. இந்தியாவைப் பொறுத்தவரை அது இந்திய பொருளாதாரத்தின் முதுகெலும்பாக உள்ளது.

வேளாண்மை உரிய முறையில் சிறப்பாக செயல்படவில்லை என்றால் நாட்டின் ஆணி வேறையே அழித்துவிடும். தொழில்கள் முன்னேற்றம் பெற வேளாண்மை பல வழிகளில் தணைபுரிகிறது.

இந்தியா போன்ற வளரும் நாடுகளில் வேளாண்மை என்பது ஒரு அடிப்படைத் தொழிலாகும்.

வேளாண்மை பொருளாதார வளர்ச்சிக்கு அடிப்படை. மக்களின் அத்தியாவசியமான உணவுப் பொருட்களை உற்பத்தி செய்கிறது. நாட்டின் பணவீக்கத்தை தவிர்க்க வேளாண்மை உதவுகிறது.

வேளாண்மை மூலம் பல தொழிர்கள் உருவாகின்றன. அந்நிய செலவாணியை அதிகரிக்க வேளாண்மை உதவுகிறது. வேளாண் மூலப் பொருள்களால் தொழில் துறை வளர்கிறது. வேளாண்மை பொருளாதார ஏற்றத் தாழ்வுகளை குறைக்கிறது.

19ம் நூற்றாண்டின் பிற்பகுதியில் நிலங்களை உழுவதற்கும் அறுவடை செய்வதற்கும் போர் அடிப்தற்கும் நீராவி இயந்திரங்கள் கண்டு பிடிக்கப்பட்டன. மரபியலில் ஏற்பட்ட கண்டு பிடிப்புகளால் கலப்பின வீரிய ஒட்டு விதைகள் உருவாக்கப்பட்டன.

இந்தியா விடுதலை அடைந்தபோது வேளாண்மை தேக்க நிலையில் இருந்தது. விவசாயப் புரட்சிக்கு அடித்தளம் அமைத்தவர் பிரதமர் நேரு ஆவார்.

நேருவின் ஆட்சிச் காலத்தில் விவசாயக்கல்வி விவசாய ஆராய்ச்சி, விவசாய விரிவுப்பணி ஆகியவற்றிற்கு சிற்ப்பிடம் அளிக்கப்பட்டது.

முதல் ஐந்தாண்டுத் திட்டத்தின் முக்கிய குறிக்கோள்களில் ஒன்று உணவு பற்றாக்குறையைப் போக்குதல் ஆகும். எனவே வேளாண்மை மற்றும் நீர்ப்பாசன வளர்ச்சிக்கு முன்னுரிமை அளிக்கப்பட்டது.

இரண்டாம் ஐந்தாண்டுத்திட்டத்தில் வேளாண்மை வளர்ச்சிக்கும் விவசாய ஆராய்ச்சி முயற்சிக்கும் முன்னரிமை தரப்பட்டது. மூன்றாவது ஐந்தாண்டுத் திட்டகாலத்தில் உணவு உற்பத்தியில் தன்னிறைவு பெறுவதற்கான முயற்சிகள் மேற்கொள்ளப்பட்டன.

ஐந்தாண்டுத் திட்டங்கள் விவசாய வளர்ச்சிக்கு முன்னுரிமை அளித்தன. வேளாண்மை உற்பத்தி திறன் அதிகரிப்பு, சாகுபடி நிலப் பொருக்கம் அதிகமுதலீடு, நீர்ப் பாசனத் திட்டங்கள், கால்நடை வளர்ப்பு, உரம் மற்றும் வேளாண்மை இடுபொருட்கள், வேளாண்மை சார்ந்த துணைத் தொழில்கள் விரிவாக்கம், கூட்டுறவு விளைபொருள் விற்பனை போன்ற வளர்ச்சிப் பணிகள் வளர்ச்சி அடைந்தன. விவசாய கூட்டுறவு சங்கங்கள் தொடங்கப்பட்டன.

1960–61ல் அறிமுகம் செய்யப்பட்ட தீவிர வேளாண்மை மாவட்டத்திட்டம் இரசாயன உரங்கள், நவீன விவசாயக் கருவிகள், விவசாயக் கடன் வழங்குதல், உயிர் விளைச் சலுக்கான கட்டமைப்பை உருவாக்கிக் கொடுத்தல் மற்றும் விளைச்சலைப் பெருக்கும் விவசாய முறை ஆகியவற்றுக்கு முக்கியத்துவம் கொடுத்தது.

இந்நடவடிக்கைகள் இந்திய வேளாண்மை வளர்ச்சிக்கு முக்கிய பங்காற்றின. அமெரிக்க விஞ்ஞானி டாக்டர் வில்லியம் ஹண்டே இந்தி விவசாய சாதனையை பசுமைப்புரட்சி என்று வர்ணித்தார்.

நாட்டின் விவசாய உற்பத்தியை அதிகரிப்பதற்காக பசுமைப் புரட்சி திட்டம் 1967–68 அறிமுகம் செய்யப்பட்டது.

பசுமைப் புரட்சி பல்வேறு விளைவுகளை ஏற்படுத்தியது.

வேளாண்மை தேசிய அளவில் நவீன மயமாக்கப்பட்டது. விவசாயிகளிடையே அறிவியல் வேளாண்மை மேற்கொள்ள வேண்டும் என்ற விருப்பம் மேலோங்கியது.

நவீன தொழில் நுட்ப முறைகளை, செயற்கை உரங்கள், பூச்சிக் கொல்லிகள், நவீன விவசாயக் கருவிகள், மண் பரிசோதனை விவசாய விரிவுப் பணி அகியவற்றை ஆர்வமுடன் ஏற்று செயல்படுத்தினர்.

பருவமழை பெய்த்தாலும் நீர்பாசன வசதிப் பெருக்கம் அணைகள் மற்றும் கால்வாய்கள் மூலம் ஏற்படுத்தப்பட்டது.

விவசாயகள் வருமானம் பெருகியது. கிராமப்புற வேலை வாய்ப்பு பெருகியது. மேலம் வளர்ச்சிப் பணித்திட்டங்கள் வளர்ந்தன.

விளைச்சல் பெருகியதால் இறக்குமதி குறைந்தது. வேளாண் உற்பத்தியில் இந்திய தன்னிறைவு அடைந்தது.

பசுமைப் புரட்சி விளைவாக நாட்டில் கோதுமை உற்பத்தி இருமடங்காகவும் நெல் உற்பத்தி 53 சதவீதமும் அதிகரித்தது.

இந்தியாவில் விளையக் கூடிய பயிர்களை காரிப் அல்லது கோடைகாலப் பயிர்கள் ராபி அல்லத குளிர் காலப் பயிர்கள் என இருவகைகளாக பிரிக்கலாம்.

காரிப் பருவம் ஜீன் மற்றும் ஜீலை மாதங்களில் விதைத்து செப்டம்பர் மற்றும் அக்டோபர் மாதங்களில் அறுவடை செய்யும் பயிர்கள் காரிப் பயிர்கள் ஆகும். நெல், சோளம், கேழ்வரகு, பருத்தி, பருப்பு வகைகள் மற்றும் சணல் பயிர்கள் இப்பருவத்தில் விளைவிக்கப்படுகின்றன.

அக்டோபர் மற்றும் டிசம்பரில் விதைத்து ஏப்ரல் மாதங்களில் அறுவடை செய்யும் பயிர்கள் ராபிப்பயிர்களாகும். கோதுமை, பார்லி, பட்டாணி, கடுகு, பருப்பு போன்றவையாகும்.

## மகசூல் பெருக்க இயற்கை உரம்

செயற்கை உரங்களைப் பயன்படுத்தும் போது நன்மை செய்யும் பூச்சிகள் மற்றும் தீமை செய்யும் பூச்சிகள் எவை என்று பாராமல் அனைத்தையும் அழித்துவிடும்.

இயற்கை பூச்சி விரட்டிகள் தீமை செய்யும் பூச்சிகளை விரட்டும் பண்புடையது. மேலும் விளைவிக்கப்படும் காய்கறிகள் பழங்கள் ஆகியவற்றிலும் இரசாயன கலப்பின்றி சுவையான ஆரோக்கியமானவற்றை உண்ணலாம். பயிர்களுக்கு இடையே சரியாக இடைவெளி மிகவும் முக்கிய மானதாகும்.

நம் முன்னோர்கள் ஒவ்வொரு பயிருக்கும் இருக்க வேண்டிய இடைவெளியினை, நெல்லுக்கு நண்டோட, கரும்புக்கு ஏரோட, வாழைக்கு வண்டியோட, தென்னைக்கு தேரோட என்னும் பழமொழிக்கு ஏற்ப வகுத்தனர்.

ஆப்பரிக்காவின் மடகாஸ்கர் நெல் நடவு என்பது உலக அளவில் மிகப் பிரபலமானது. ஒற்றை நாற்று நடவு அல்லது செம்மை நெல்சாகுபடி என்றழைக்கப்படும். இந்த மடகாஸ்கர் நெல் நடவு பற்றிய பயன்கள் மற்றும் விளைச்சல் பற்றி 1960களில் வெளியே தெரியவந்தது.

இந்த முறையில் விதை, நீர் நேரம் அனைத்தையும் குறைத்து மகசூலை மட்டும் அதிகமாக கொடுத்த ஒற்றை நாற்று நடவை உலகுக் அறிமுகப்படுத்தியது. நமது முன்னோடி தமிழர்கள்தான் என்ற உண்மையை தக்க ஆதாரங்களுடன் உலகிற்கு கூறி நிருபித்தவர் நம்மாழ்வார்.

இன்றைக்கு நமது தமிழகத்தில் ஒற்றை நாற்று நடவு பிரபலமாகி ஏக்கருக்கு உரமூட்டைகள் நெல் மகசூல் ஈட்ட முடிகிறதென்றால் அந்தப் பெருமை நம்மாழ்வாரைச் சேரும்.

இயற்கை வேளாண்மையின் அடிப்படை நிலைகள் என்பது விளை நிலத்தை முறையாக தயார்படுத்துவதாகும்.

அனைத்து விதமான பயிர் வளர்வதற்கு ஏற்றவாறு நிலத்தினை தயார் செய்வது வேளாண்மையின் முதல் படியாகும். எனவே நிலத்தினை நன்கு உழுது மண்ணினை உழுவதற்கு எளிதாகவும் பஞ்சு போல மிருதுவானதாகவும் மாற்ற வேண்டும்.

இயற்கை வேளாண்மையினை எப்போது வேண்டுமானாலும் துவங்கலாம். 50 வருடங்கள் செயற்கை உரம் பயன்படுத்திய நிலத்தின் வளத்தினைக் கூட ஆறு மாதங்களில் இயற்கை வேளாண்மை மூலம் மீட்டெடுக்கலாம்.

விவசாயிகள் தங்களது விளை நிலங்களில் ஆண்டு முழுவதும் ஒரே மாதிரியான பயிர் வகைகளை சாகுபடி செய்வதைத் தவிர்த்து, சுழற்சி முறையில் பயிர்களைத் தேர்வு செய்து சாகுபடி செய்தால் கூடுதல் மகசுல் கிடைக்கும்.

அதுமட்டுமல்லாது ஒரே மாதிரியான பயிரினை தொடர்ந்து பயிர் செய்வதால் நிலமானது தனது வளத்தினை இழக்கிறது. எனவே பயிர்களை சுழற்சி முறையில் பயிர் செய்வதன் மூலம் நிலம் இழந்த வளத்தினை மீட்டெடுக்கலாம்.

பயிர் செய்யும் நிலத்தின் தன்மை, நீரின் அளவு ஆகியவற்றுக்கு ஏற்ப பயிர் சுழற்சி முறையை மேற்கொள்ளலாம்.

இயற்கை வேளாண்மையில் கலப்பு மற்றும் ஊடுபயிர் சாகுபடி செய்வதன் மூலம் பயிர் மகசூல் அதிகரிக்கிறது. இவ்வாறு செய்வதனால் களைச் செடிகளின் எண்ணிக்கை பெருமளவில் கட்டுப் படுத்தப்பட்டு பூச்சிகளின் தாக்குதலை வெகுவாகக் குறைக்கலாம்.

வேளாண்மை என்பது மனித சமூகத்தின் மிகமுக்கியமான முதன்மைத் தொழில் ஆகும். இத்தொழிலில் மனிதன் இயற்கையிலிருந்து கிடைக்கும் பொருர்களைச் சேகரித்துப் பயன்படுத்திக் கொள்வதோடு நிறுத்திக் கொள்ளாமல், அவ்வியற்கையோடு ஒன்றிணைந்து பணியாற்றி உணவுப் பொருட்களை உற்பத்தி செய்துகொள்கிறான்.

பயிரிடக் கூடிய நிலத்தில் பயிர்களைச் சாகுபடி செய்தல் கால் நடைகளை வளர்த்தல், மேய்ச்சல் நிலத்திலோ தரிசு நிலத்திலோ கால் நடைகளை மேய்த்தல் ஆகியவை வேளாண்மையின் அடித்தளமாக விளங்குகின்றன.

மனித சமூகங்கள் பல்லாயிரக்கணக்கான ஆண்டுகளாக வேளாண்மை செய்து வந்துள்ளன. வரலாற்றில் வேளாண்மையின் வளர்ச்சியும் முன்னேற்றமும் வெவ்வேறு தட்ப வெட்ப நிலைகள், பண்பாடுகள், தொழில் நுட்பங்கள் போன்றவற்றைச் சார்ந்து மாறுபட்டும் இருந்துள்ளது.

எனினும் விலங்குகளையும் தாவரங்களையும் பழக்கப்படுத்தி பயன்பாட்டுக்கு கொண்டுவர நிலத்தை பண்படுத்துவதற்காக பல நிலையிலான தொழில் நுட்பங்களையே வேளாண்மை நம்பி இருந்துள்ளது.

தாவரங்களைப் பயிர்செய்ய நீர்ப்பாசனம் தேவை. தரிசுப்பயிர்முறையும் உள்ளது. விலங்குகளை வளர்க்க புல்வெளிகள் தேவை. வளர்ச்சியடைந்த நாடுகளில் தொழில் நுட்ப வேளாண்மை முறை மேலோங்கியதால் 'ஓரினச் சாகுபடி' பரவலாகியுள்ளது.

நிலத்தோடு தொடர்புடைய வேளாண்மைத் தொழில் மனித இனத்தின் உயிர் நிலைச் செயல்பாடுகளை உணர்த்துகின்ற காரணி ஆயிற்று.

விவசாய முன்னேற்றம் மனித நாகரீகத்தில் ஒரு பெரும் பங்காற்றியுள்ளது எனலாம். வேளாண்மையே மற்ற எல்லா கலைகளுக்கும் முறைப் படுத்தப்பட்ட சட்ட அமைப்புகளுக்கும் காரணமாக அமைந்தது.

1940களில் அறிமுகப் படுத்தப்பட்ட வேளாண் தொழில் நுட்பங்கள் வேளாண் உற்பத்தியை பண்மடங்காக்கியது. இந்த வேளாண் தொழில் நுட்பமும் அதனால் நிகழ்ந்த சமூகபொருளாதார அரசியல் மாற்றங்களும் பசுமைப் புரட்சி எனப்படுகிறது.

இந்தியா போன்ற பல மூன்றாம் நிலை நாடுகள் பட்டினச்சாலை எதிர் நோக்கிய அன்றைய காலகட்டத்தில் பசுமைப் புரட்சி முன்னிறுத்திய பயிர்ச் செய்கை முறைகள் பலன் தந்தது.

பசுமைப் புரட்சி தொடக்கிவைத்த வேளாண் ஆராய்ச்சி கட்டமைப்புகள் தொடர்ந்தும் வேளாண் தொழில் நுட்பத்தில் பங்கெடுத்து வருகின்றன, தொலை நோக்கில் இந்த பயிர் செய்கையின் பல்வேறு குறைபாடுகள் அறியப்பட்டது.

அமெரிக்க அரசு, இந்திய அரசு, மெக்ஸிகோ அரசு போன்ற பல்வேறு நாடுகள் பசுமைப் புரட்சியை தமது நாடுகளில் நடைமுறைப் படுத்தின. நார்மன் போர்லாக் என்பவர் பசுமைப் புரட்சியின் தந்தை என்று போற்றப்படுகிறார். சுவாமிநாதன் இந்தியாவில் பசுமைப் புரட்சியை நடைமுறைப்படுத்துவதில் முன்னின்றவர்களில் ஒருவராக கருதப்படுகிறார்.

வெப்பநிலையும் மழையளவு ஆகியவையும் வேளாண் தொழிலைப் பாதிக்கும் காரணிகளாகும். கால நிலை மாற்றம் வெப்பநிலை மற்றும் ஈரப்பத பிரதேசங்களில் மாற்றங்களை ஏற்படுத்தி வேளாண்மையை பாதிக்கும் திறனுள்ளது.

காற்றிலுள்ள ஈரப்பதம் அப்பகுதியில் விளையும் பயிர்வகை பயிர் வளர்வதற்கு ஏற்ற காலம் போன்றவற்றை நிர்ணயிக்கின்றன. பருவகால மழைப்பொழிவு என்பது மிகவும் முக்கியமான ஒன்றாகும். பயிர்கள் வளர்வதற்கு அதிகமான மழைப் பொழிவு தேவைப்படுகிறது. ஆனால் மழைப் பொழிவு தகுந்த காலங்களில் அமையவில்லையெனில் அது பயிர் வளர்ச்சியினை வெவ்வேறு வகையில் பாதிப் பினை ஏற்படுத்தும்.

பொதுவாக நிலங்களின் நீர்ப்பிடிப்பை பொருத்து நன்செய் நிலம், புன்செய் நிலம் என்று வகைப்படுத்துவர்.

உலகின் சமவெளிப்பகுதிகள் மிக அதிக அளவில் பயிர் விளைவிக்கும் நிலங்களாகத் திகழ்கின்றன. எடுத்தக்காட்டாக இந்தியாவின் வட இந்தியச் சமவெளி, இச்சமவெளி வேளாண்தொழில் செய்ய உகந்த நிலப்பரப்பாகும்.

பயிர்கள் வளர மண் வளம் ஒரு முக்கிய காரணியாகும். வெவ்வேறு பயிர் வளர்க்க வெவ்வேறு மண்வகை தேவைப்படுகிறது. ஆற்றுப்படுகையில் காணிப்படும் வண்டல் மண் ஒரு வளமிக்க மண்ணாகும். கரிசல் மண் மற்றும் புல் வெளிமண் போன்ற மண் வகைகள் வேளாண்மைக்கு பரவலாகப் பயன்படும் வளமான மண் வகைகளாகும்.

விளை நிலத்தில் ஒரே பயிர் மட்டும் ஒரு முறை விளைவிக்கப்பட்டால் அது ஒரு பயிர் விளைவிக்கும் முறை என அழைக்கப்படுகிறது. இரண்டு அல்லது இரண்டுக்கும் மேற்பட்ட பயிர்களை ஒரே விளை நிலத்தில் ஒரே பருவகாலத்தில் விளைவித்தால் அது ‘பல்பயிர் விளைவிக்கும் முறை’ என அழைக்கப்படுகிறது.

பயிர் சுழற்சி என்பது ஒரே நிலத்தில் வெவ்வேறு பயிர்களை அடுத்தடுத்து பயிரிடும் முறையாகும்.

ஒரே பயிரை பயிரிடுவதால் களைச் செடிகளின் ஆதிக்கம் அதிகமாகும். உழவுமுறைகள் களைச் செடி பரவுதலை

இடையூறு செய்து, அவற்றைக் கட்டுப் படுத்த உதவும். இவ்வாறு பயிர் சுழற்சி களைகள் கட்டுப்பாட்டை எளிமையாக்குகிறது.

ஒரு குறிப்பிட்ட நிலத்தில் ஒரே வகையான பயிர்களைப் பயிரிடாமல் சுழற்சி முறையில் பயிரிட வேண்டும்.

இயற்கை வேளாண்மையின் முக்கியமான அம்சம் பயிர் சுழற்சி முறை ஆகும். முதல் பருவத்தில் நெல், அடுத்த பருவத்தில் உளுந்து அதற்கடுத்து பயிறு வகைகள் என மாறி மாறி பயிரிடும் பயிர் சுழற்சி முறையினால் மண்ணின் வளம் கூடுகிறது.

மனிதர்களால் பலவிதமான வேளாண் பயிர்கள் பயிரிடப்படுகின்றன. சில உணவுக்காகவும், சில இழைகளுக்காகவும் பயிரடப்படுகின்றன.

தானியங்களே மனிதனது அடிப்படை உணலதகும். மாவுச்சத்து கொண்ட விதையிடைய தானிய வகைகள் புல்வகைத் தாவரங்களாகும்.

விவசாய உற்பத்திப் பொருட்களை பொதுவாக உணவுகள், இழைமங்கள் எரி பொருள் மூலப்பொருள், மருந்துப் பொருள் மற்றும் ஒப்பளை வகைப் பொருள் எனப் பலவாறு வகைப்படுத்தலாம்.

இருபதாம் நூற்றாண்டில் வேளாண்மை தொழில் மிகுந்த வளர்ச்சியடைந்தது. செயற்கை உரங்கள், பூச்சிக் கொல்லிகள் போள்றவை அதிகம் பயன்படுத்தப்பட்டன. உணவு உற்பத்தி பன்மடங்கு பெருகியது.

ஆனால் 21ம் நூற்றாண்டில் சுற்றுச்சுழல் விழிப்புணர்வு வளர்ந்தது. விவசாயிகள், நுகர்வோர் மற்றும் ஆட்சித் துறையினர் பலர் இயற்கையோடு இசைந்த வேளாண்மை முறைக்கு ஆதரவு அளிக்கத் தொடங்கினார்.

மண்ணைத் தயார் செய்தல் என்பத பயிர் வளர்ப்புக்குத் தேவையான முதன்மையான செயலாகும். அடியில் உள்ள

மண்ணின் சத்தை மேலே கொண்டு வரவும், கடினத் தன்மையை நீக்கவும் மண்ணைத் தயார் செய்தல் வேண்டும். இது உழுதல், சமன்படுத்துதல், மற்றும் உரமிடல் ஆகிய செயல்களை உள்ளடக்கியதாகும்.

சில நேரங்களில் உழுதல் செயலுக்கு முன்பாகவே மண்ணில் உரம் சேர்க்கப் படுகிறது. ஏனெனில் உழுதலின் போது உரமும் மண்ணும் ஒன்றாக ஒன்றோடொன்று கலக்க ஏதுவாகிறது.

## உழவும் இயற்கை உரமிடுதலும்

உழுதல் என்பது கீழ் மண்ணை மேலே கொண்டு வருதலும் அதன் கடினத் தன்மையை நீக்கி மென்மையாக்குதலும் ஆகும். இதனால் மண்ணானது தாவரத்தின் வேர் சுவாசிக்கத் தேவையான காற்றை அளிக்கின்றது. ஈரப்பதத்தை நீண்ட காலத்திற்கு நிலைக்கச் செய்கிறது.

நன்மை செய்யும் நுண்ணுயிரிகளின் வளர்ச்சியினை ஊக்குவிப்பதன்மூலம் வளமான மண்ணை மேலே கொண்டு வரச் செய்கிறது. களைத் தாவரங்களையும் அதன் விதைகளையும் மண்ணிலிருந்து நீக்குகிறது.

இதனால் உற்பத்தியை அதிகரிக்கலாம் என்பதோடு மட்டுமல்லாமல் மண்ணையைத் தடுக்கவும், கார்பன்டை ஆக்சைடு வெளியிடும் சிதைவைத் தூண்டவும், மண் உயிர்ப்பொருள் பெருகுவதையும் குறைக்கிறது.

உழுதல் என்பது இரண்டு முறைகளில் மேற்கொள்ளப்படுகிறது. ஒன்று எருதுகள் மற்றும் ஏர்க் கலப்பைக் கொண்டு உழுதல் என்ற பாரம்பரிய முறை. மற்றொன்று ஏருந்த மூலம் மேற்கொள்ளப்படுகிறது. இது நேரத்தையும் பணத்தையும்

மிச்சப்படுத்துகிறது. மேலும் மண்வெட்டி மண் வாரி களைக் கொத்தி மற்றும் கோடரி என்பன உழுதல் செயலுக்கு பயன்படுத்தப்படும் பிற கருவிகளாகும்.

திருக்குறளில் உழவு என்னும் அதிகாரத்தில் வேளாண்மையைப் பற்றிய பல குறிப்புகள் உள்ளன.

*'தொடிப்புழுதி கஃசா உணக்கின்*
*பிடித்தெருவும் வேண்டாது சாலப்படும்'*

உழவன் ஒருபலம் புழுதிகால் பலமாகும் படி தன் நிலத்தை உழுது காய விட்டால் ஒரு பிடி எருவும் இடாமலேயே அந்நிலத்தில் பயிர்செழித்து வளரும் என்ற இக்குறலின் மூலம் உழுதலின் அவசியத்தை புரிந்து கொள்கிறோம்.

உயிர்க்களைக் கொல்லிகள் என்பது பூஞ்சை பாக்டீரியம் போன்ற நுண்ணுயிரிகளை பயன்படுத்தி களைத் தாவரங்களை அழித்தலாகும்.

பயிர்களைத் தாக்காமல் களைச் செடி களைமட்டும் குறிப்பிட்டுத் தாக்கி அழிக்கும் வேதிப் பொருட்கள் வேதிக்களைக் கொல்லிகள் எனப்படுகின்றன.

வேளாண்மையில் இறுதியாக அதிகப்படியான விளைச்சல் மட்டுமே ஒரு விவசாயிக்கு மகிழ்ச்சி அளிப்பதில்லை. விளைந்த பொருள் நல்ல விளைக்கு விற்கப்பட வேண்டும்.

சேமிப்பு மற்றும் சந்தைப் படுத்துதல் ஆகிய இரண்டும் நல்ல விலைக்கு விலைபொருள் விற்பனை செய்வதை உறுதிசெய்கின்றன.

விவசாயப் பயிர் உற்பத்தியாகட்டும் விலங்கு வளர்ப்பாகட்டும் இலாபகரமான வணிகமாக அதை மேற்கொள்பதற்கு சந்தைப்படுத்துதல் அவசியமாகும்.

சில நாடுகளில் விவசாய விளைபொருட்களை சந்தைப்படுத்துதலை அந்த நாட்டு அரசாங்கமே ஏற்று

விவசாயிகளுக்கு உதவுகின்றன. முறைப்படுத்தப்பட்ட சந்தை வணிகமுறை ஆரோக்யமற்ற சந்தைப்படுத்து தலை தடுப்பதுடன் இடைத்தரகர் மூலம் ஏற்படும் சுரண்டலையும் தடுக்கிறது.

நன்கு உழுவதன் மூலம் காற்றோட்டம் அதிகமாகிறது. நிலத்தில் உள்ள இலை தழை போன்றவை யெல்லாம் மட்கி நல்லதொரு வளத்தை மண்ணிற்கு வழங்குகிறது என அறிகின்றோம்.

*'ஏரினும் நன்றால் எருஇடுதல் கட்டபின்*
*நீரினும் நன்றதன் காப்பு'*

ஏர்விட்டு உழுதலை விட எரு இடுதல் நல்லது. இவ்விரண்டும் செய்து களை எடுத்தபிறகு நீர், பாய்ச்சுவதை விட பயிரினை அழியாமல் பாதுகாப்பது நல்லது எனும் குறளின் மூலம் நம் முன்னோர்கள் பயிர்களுக்கு இயற்கை முறையில் எரு போன்ற இயற்கை உரங்களை பயன்படுத்தியதை அறியலாம்.

உழவு மேற்கொள்ளப்பட்ட நிலத்தில் பெரிய பெரிய மண்கட்புகள் இருக்க வாய்ப்புண்டு. எனவே சமன்படுத்தியைக் கொண்டு நிலத்தை சமன்படுத்துதல் முக்கியச் செயலாகும்.

அடுத்ததாக பயிர் வளர்ப்பில் விதைத்தல் என்பது மிகவும் முதன்மையான செயல்களில் ஒன்றாகும்.

மண்ணில் விதையை ஊன்றும் செயலுக்கு விதைத்தல் என்று பெயர். விதைகள் தரமானதாகவும் தொற்று நோய்க் கிருமிகள் இல்லாததாகவும் இருக்க வேண்டும்.

விதைப்பதற்கு முன் நிலத்தை ஈரப்படுத்த வேண்டும். விதைத்தல் இரண்டு முறைகளில் மேற்கொள்ளப்படுகிறது. ஒன்று தூவுதல் என்ற பாரம்பரிய முறையாகும். இம்முறையில் ஈரமான நிலத்தில் விதைகளானது கையினால் தூவப்படுகிறது.

மற்றொன்று எந்திரம் மூலம் விதைத்தல் இம்முறையில்

விதையானது புனலின் உதவி கொண்டோ அல்லது கூரிய முனைகொண்ட இரண்டு அல்லது மூன்று குழல்களில் உதவியிடனோ விதைக்கப்படுகிறது.

ஊட்டச்சத்து வடிவில் தாவரங்களில் ஆரோக்கியமான வளர்ச்சிக்காக மண்ணுடன் சேர்க்கப்படும் பொருட்களே இயற்கை அல்லது செயற்கை உரங்கள் ஆகும்.

எல்லாத் தாவரங்களும் மண்ணிலிருந்து தனது வளர்ச்சிக்குத் தேவையான ஊட்டச் சத்தினை பெறுகின்றன. இது தொடர்ந்து மேற்கொள்ளப்படும் போது மண்ணிலுள்ள கனிமங்கள் குறைகின்றன.

எனவே விவசாயிகள் தாவர வளர்ச்சிக்கு தேவையான சரியான ஊட்டச்சத்து இடைப்பதற்காக மண்ணில் இயற்கை உரங்களை இடுகின்றனர்.

பயிர்களுக்கான ஊட்டச்சத்து அளிப்பு மற்றும் கால் நடைகளால் உற்பத்தி செய்யப்பட்ட எருவைப் பயன்படுத்தும் முறை ஆகிய இரண்டையும் ஊட்டச்சத்து கட்டுப்பாடு உள்ளடக்கியிருக்கிறது.

உணவுப்பயிர் வளர்கின்ற இடத்தில் கால் நடைகளை வைத்திருப்பதன் மூலமோ வறண்ட தாகவோ ஈரமாகவோ உள்ள பயிர் நிலம் அல்லது மேய்ச்சல் நிலத்தில் கிடைக்கின்ற எருவின் உருவாக்கங்களைப் பரவச் செய்வதன் மூலமோ எரு பயன்படுத்திக் கொள்ளப்படுகிறது.

நீர் மேலாண்மை என்பது உலகின் பெரும் பாலான பகுதிகளில் சில கோணங்களில் ஏற்படுகின்ற மழையளவு பற்றாக்குறையையும் மாறுபாட்டையும் கையாளப் பயன்படுத்தப்படுவதாகும்.

விதைமுளைத்தல் மண்ணிலிரந்து ஊட்டச் சத்தை உறிஞ் சுதல் மற்றும் ஒளிச்சேர்க்கை போன்ற செயல்களைச் செய்ய தாவரங்களுக்கு நீர் இன்றியமையததாகும்.

ஒரு குறிப்பிட்ட இடைவெளியில் தாவரங்களின் வளர்ச்சிகாக நீர்ப்பாச்சும் செயல் நீர் மேலாண்மை எனப்படும். கிணறுகள், ஏரிகள், ஆறுகள், அணைகள், கால்வாய்கள் போன்றவை நீர்பாய்ச்சுதலுக்குத் தேவையான ஆதார மூலங்களாகும்.

வயல்களில் பயிர் வரிசைகளுக்கிடையே உள்ள உழவுக்கால் வழியாக நீர் பாய்ச்சும் கால் வாய்ப்பாசனம், வயல் முழுவதும் நீரைத் தேக்கி வைக்கும் தேக்கு நீர்ப்பாசனம், ஈரத்தன்மையை நீண்ட நேரம் தக்க வைத்துச் கொள்ள இயலாத மண் வகைகளுக்கான தெளிப்பு நீர்ப்பாசனம், மழை நீர் குறைவாகக் கிடைக்கும் காலங்களில் தாவர வேருக்கு மிக அருகில் நீரானது சொட்டு சொட்டாக விடப்படும் சொட்டு நீர்ப்பாசனம் ஆகிய பாசன முறைகள் நவீன காலங்களில் பயன்படுத்தப் படுகின்றன.

சாகுபடி செய்யப்படும் பயிரினூடாக வளரும் தேவையற்ற புல் மற்றும் களைச் செடிகளை விளை நிலத்திலிருந்து நீக்கும் செயலுக்கு களையெடுத்தல் அல்லது களை நீக்குதல் எனப் பெயர். இதற்காக உயிர்க்களைக் கொல்லிகள் அல்லது வேதிக்களைக் கொல்லிகள் பயன்படுத்தகிறார்கள்.

தமிழகத்தில் பலலட்சக்கணக்கான மக்களின் மனதில் இயற்கை விவசாயம் இயற்கை வேளாண்மை என்று மிகப் பெரிய தாக்கத்தை ஏற்படுத்தியவர் நம்மாழ்வார்.

கருர் வானகத்தின் வாயிலாக பலருக்கும் இயற்கை விவசாயப் பயிற்சியளித்தவர் இவர். பாண்டிச்சேரி ஆரோவில் இருக்கும் பெர்னார்டு என்ற ஒரு வெளிநாட்டு இயற்கை விவசாயம் களம் இறங்கி விவசாயம் குறித்த பல்வேறு தகவல்களை நம்மாழ்வார் கற்றுக் கொண்டிருந்திருக்கிறார்.

உலக விவசாயம் மற்றும் மேற்கத்திய நாடுகளின் அதிகம் பயன்படுத்தும் விவசாய முறைகள் மற்றும் அதுபற்றிய அங்குள்ள இயற்கை விவசாயம் குறித்த றிறைய புத்தகங்களை நம்மாழ்வாருக்கு அறிமுகம் செய்து வைத்தவரும் இவரே.

இந்தியப் பாரம்பரியமான அனைத்து விதை ரகங்களை மிக அதிகம் நேசித்தவர் நம்மாழ்வார்.

நமது நிலத்திற்கேயுரிய பாரம்பரியமான 22972 நெல் ரகங்களை வெளிநாடுகளுக்கு சென்று விடாமல் காத்த இந்தியக் குடிமகன் ராதேலால் ஹெர்லால் ரிச்சார்யா என்பவர்.

நம்மாழ்வார் ரிச்சார்யா மீது மிகுந்த பற்றும் மரியாதையும் கொண்டிருந்தார். மத்திய அரசின் கட்டுப்பாட்டில் இருந்த மத்திய நெல் ஆராய்ச்சி நிலையத்தின் இயக்குனராக இருந்தவர் ரிச்சார்யா.

வெளிநாடுகளுக்கு நமது பாரம்பரியமான நெல் விதைகள் சென்று விடாமல் தடுத்து வந்ததால் ரிச்சார்யா தனது மத்திய அரசு பணியையும் இழந்தவர்.

ஆனால் ரிச்சார்யா மற்றும் இந்தியாவின் பல இயற்கை வேளாண் விஞ்ஞானிகளின் கோரிக்கைகளைப் புறந்தள்ளி, அத்தனை பாரம்பரிய நெல் ரகங்களையும் பன்னாட்டின் நிறுவனத்திடம் 2003ல் மத்திய அரசு ஒப்படைத்தது.

இதனையறிந்த நம்மாழ்வார் மிகுந்த வேதனை அடைந்து மனம் வருந்தி கண்ணீர் விட்டார்.

இந்தியாவில் அனைத்து மாநிலங்களிலும் ஊரெங்கும் பசுமைப் புரட்சி பற்றிய கருத்துக்கள் அதிதீவிரமாகப் பரவிய கால கட்டத்தில் நம்மாழ்வார் இயற்கை விவசாயத்திற்கான தனது வாழ் நாள் பயணத்தை தொடங்கினார். தான் பார்த்து வந்த அரசு பணியான மண்டல வேளாண்மை ஆராய்ச்சி நிறுவனத்தில் தான் வகித்து வந்த பணியை உதறினார்.

ஊடக விளம்பரங்கள், பன்னாட்டு நிறுவனங்களின் பிரச்சாரங்கள் எனத்துரித உணவுக் கலாச்சாரம் இந்தியாவை மென்று தின்று கொண்டிருந்த காலத்தில் இத்தாலி நாட்டில் நடந்த அவசர உணவுக்கு *(Fast Food)* எதிரான ஒரு பயிற்சி

முகாமில் கலந்து கொண்டு திரும்பிய நம்மாழ்வார் இங்கே *ஸ்லோ ஃபுட் மூவ்மெண்ட் என்று ஒரு இயக்கத்தை ஆரம்பித்தார்.

இயற்கை வாழ்வியல் மற்றும் பாரம்பரிய மருத்துவத்தில் மிக அதிகமான ஈடுபாடு கொண்டவர் நம்மாழ்வார். அஃபஞ் சர் மருத்துவத்தில் அதிக ஆர்வம் காட்டினார்.

நம்மாழ்வார் பகலில் பெரும்பாலும் உறங்குவது இல்லை. அவர் அதிகாலை 4.30 மணிக்கு எழுந்துவிடும் வழக்கம் கொண்டவர். காலையில் எழுந்ததும் வேப்பங்குச்சியில் பல் துவக்கிவிட்டு யோகாசனம் செய்யும் வழக்கம் கொண்டவர்.

தலைகீழாக சிரசாசனம் செய்வார். பிறகு மூச்சுப் பயிற்சி என்று தனது உடல் நலனில் அக்கறை கொண்டவர். இதன் காரணமாக தனது உடலுக்கான கால அட்டவணையை பின்பற்றும் வழக்கம் கொண்டவர். இவை அனைத்தும் தினமும் நடக்கும். அதன் பின் தான் தனது வழக்கமான அலுவல்களை தொடர்வார்.

தனது வாழ் நாளின் இறுதிவரை இயற்கையை மீட்க போராடிக் கொண்டிருந்தவர் நம்மாழ்வார். அதே போல் தம் வாழ் நாளின் இறதிவரை இளைஞர்களை அதிகமாக அவர் நம்பினார்.

கரூர் மாவட்டத்தில் இருக்கும் அவரது வானகம் இயற்கை வேளாண் ஆராய்ச்சி பண்ணையில் சுமார் 5000க்கும் அதிகமான இளைஞர்கள் இயற்கை விவசாயப்பயிற்சி நேரடியாக அவரிடம் முடித்திருக்கிறார்கள்.

பல தலைமுறைகளாக நாம் செய்து வரும் பாரம்பரிய உழவு, வேளாண்மை முறையான பயிர் சுழற்சி மற்றும் உழவு மூலம் இயல்பாகவே காற்றில் இருந்து கிடைக்கும் நைட்ரஜன் சத்து நமது மண்ணில் வளம் மற்றும் நைட்ரஜன் சத்து அளவை இயற்கையான முறையில் எந்த ரசாயனமும் இல்லாமல்

அதிகரிக்கிறது என்று முதன்முதலாக பலருக்கும் கூறி நிரூபித்துக் காட்டியவர் நம்மாழ்வார்.

இந்தியாவில் பசுமைப் புரட்சியின் காரணமாக மத்திய மாநில அரசு உரங்களை பயன்படுத்த விவசாயிகளை ஊக்குவித்துக் கொண்டிருந்த நேரத்தில் நம்மாழ்வார் தமிழகத்தின் பல கிராமம் தோறும் சென்று விவசாயிகளைச் சந்தித்தார்.

இராசயன உரப் பயன்பாட்டால் மண்ணின் காரத் தன்மை எவ்வாறு கூடும், அப்படிக் கூடும் போது அது அளவுக்கு அதிகமான தண்ணீரை எப்படி உறிஞ்சுகிறது என்பதை விவசாயிகள் புரியும்படி செயல் விளக்கம் மூலம் நிரூபித்துக் காட்டினார்.

இன்றைக்கு இயற்கை மற்றும் பாரம்பரிய விவசாயம் பற்றிய விழிப்புணர்வு தமிழகத்தில் அதிகஅளவு புரிதல் இருப்பதற்கு நம்மாழ்வாரின் மிக முக்கிய செயல்பாடுகளே காரணம்.

நம்மாழ்வார் இன்றைய நவீன கால தொழில் நுட்பங்களுக்கு எதிரானவர் அல்ல. அவர் பயோடெக்னால ஜியின் அத்தனை விதமான பரிமாணங்களையும் எப்போதும் மிகவும் அழமாக தெரிந்து வைத்திருந்தார்.

மரபணு மாற்றப்பட்ட விதைகள் மூலம் கிடைக்கம் பயிர்களால் மண்ணுக்கு மனிதனுக்கும் அதிகமான கேடு ஏற்படும் என்ற காரணத்தை அறிந்து கொண்டு நம்மாழ்வார் அதனை எதிர்த்தார். நமது பாரம்பரிய விதைகளைக் கொண்டு உருவாக்கிய ஒட்டு ரகங்களை அவர் ஆதரித்தார்.

நம்மாழ்வாரின் வழிகாட்டுதல் மூலம் ஒரு புதிய ஒட்டு எலுமிச்சை ரகத்தையே உருவாக்கினார்கள்.

பிடி கத்திரியை இந்தியாவில் அறிமுகம் செய்யும் எண்ணத்தில் அன்றைய மத்திய அரசின் சுழல் அமைச்சராக இருந்த

ஜெயராம் ரமேஷ் அவர்கள் நடத்திய கருத்துக் கேட்டுக் கூட்டங்களில் நம்மாழ்வார் தனது பிரதிநிதிகளை அனுப்பி பி..டி.க்கு எதிராக பேச செய்தார்.

அதேபோல நம்மாழ்வாரின் நண்பர்களான அரச்சலூர். செல்வம், டாக்டர் சிவராமன் ஆகியோர் அன்றைய நமது மாநில முதல்வராக இருந்த கருணாநிதியிடம் நேரில் சென்று பிடியின் கேடுகளை எடுத்துச் சொல்லி தமிழகத்தில் பிடி கத்திரிக் தடை உத்தரவும் பெற்றனர்.

அறுபத மற்றும் எழுபதுகளில் கலப்பின ரகங்கள் இந்தியாவுக்குள் ஊடுருவ பெரும் முயற்சிகள் நடந்து கொண்டிருந்தன. அப்போது இந்த வகையான கலப்பினங்களைப் பற்றி பெரிதாக விழிப்புணர்வு இல்லை.

அந்தக் காலகட்டத்தில் 'கலப்பினம் மற்றும் வீரிய ரகங்கள் என்று சொல்லப்படு பவையெல்லாம் உற்பத்தியைப் பெருக்குவதற்கானதோ அல்லது விவசாயிகளுக்கு பயன்தரக் கூடியதோ அல்ல.

இவைகள் அனைத்தும் பன்னாட்டு நிறவனங்கள் ரசாயன உரங்களை இந்தியாவில் விற்பனை செய்வதற்கான உணவு அரசியலே. இதனை அரசு பசுமைப் புரட்சிபெயரில் கலப்பின ஊக்குவிப்பு என்றால் நம்மாழ்வார்.

நம்மாழ்வார் இயற்கை வேளாண் விஞ்ஞானி மட்டும் அல்ல. மிகச் சிறந்த சுற்றச்சுழலியலாளர். மேற்குத்தொடர்ச்சி மலையில் இருக்கும் சோலைக் காடுகள் அழிவை எதிர்த்து கடைசி சிலரை போராடினார்.

சோலைக்காடுகள் இல்லையெனில் ஆறுகள் உற்பத்தி கிடையாது. மனிதனுக்கு சோறு இல்லை என்று தமது பிரச்சாரங்களில் நம்மாழ்வார் வலியுறுத்தி வந்தார்.

# இயற்கை வேளாண்மையை எங்கும் விதையுங்கள்

சுனாமிக்குப் பின் நிலத்தின் காயங்களை ஆற்ற நம்மாழ்வார் மேற்கொண்ட வெற்றிகரமான தீர்வுகள் ஏராளம்.

பெருவாழ்வு என்பது தம் காலத்தைக் கடந்தம் மற்றவர்களுக்கு பயனாக வாழ்வதும் தான் அப்படியான பெரவாழ்வை வாழ்ந்தவர் நம்மாழ்வார்.

ஒற்றைப் பணப்பயிர் நடுவதை நம்மாழ்வார் ஒரு போதும் ஆதரித்ததில்லை.

2008ம் ஆண்டு நடை பெற்ற றெல் திருவிழாவில் நம்மாழ்வார் அதனையே வெளிப்படுத்தினார்.

இயற்கை விவசாயம் என்பது ரசாயனம் கலக்காம இருக்கிறது மட்டுமல்ல. இயற்கையின் மொழிபுரிந்து அதன் தன்மைக் கேற்றவாறு விவசாயம் செய்வதுதான்.

இப்ப ஊரு பூரா தென்னை நடுறான். நிலத்துக்குள்ள போனா தென்னைய மட்டும் தான் பார்க்க முடியாது. இதுல அருமையா இயற்கை விவசாயம் செய்யறேன். தென்னைக்கு

பூச்சி விரட்டி எதுவும் அடிக்கறது இல்லைங்குறான். இது எப்படி இயற்கை விவசாயம் ஆகும். நிலம் முழுக்க ஒற்றை பணப்பயிர் நடுறது இயற்கை விவசாயம் இல்லை.

அஞ்சடுக்கு முறை, ஏழு அடுக்குமுறை, விவசாயம் செய்யுங்க. அது நம்ம நிலத்துல காடுவளர்க்கிற மாதிரி. அதாவது நிலத்தில் ஒருபயிர் மட்டும் நடாமல் பல்வேறு கால கட்டங்களில் அறுவடைக்கு வரும் மரங்களை நடுவது, தேக்கு, தென்னை, வாழை, பாக்கு என கலவையாக மரங்களை நடுவது, ஊடுபயிராக காய்கறிகளையோ, கடலை போன்ற பயிர்களை விவசாயம் செய்வது.

இதுபெரும் காற்றடிக்கும் போது ஒரு மரம்மற்றதற்கு அரணாக இருக்கும். சுழற்சியில் அறுவடைக்கு வருவதால் பொருளாதார ரீதியாகவும் நல்லது' என்று நம்மாழ்வார் கூறியது எத்தனை சிந்திக்கத்தக்க தீர்வாக உள்ளது.

காலம் கடந்து நிற்கும் பசுமைப் போராளியின் சரித்திரமாய் வேளாண் சுடரொளி நம்மாழ்வாரின் வாழ்க்கை பயணம் விளங்குகிறது.

இயற்கை விவசாயம் வேறு நம்மாழ்வார் வேறு என்று பிரித்துப் பார்க்க முடியாத அளவுக்கு இயற்கையுடன் இணைந்த வாழ்ந்தவர் நம்மாழ்வார். வாழும் காலம் முழுவதும் இயற்கை விவசாயத்துக்காகவும் சுற்றுச்சூழல் பாதுகாப்புக்காகவும் செலவிட்டவர்.

பசுமை விகடனில் நம்மாழ்வார் எழுதிய கருத்துக்கள் மற்றும் தொடர்கள் ரசாயன விவசாயிகளிடம் இயற்கை விவசாயக் கருத்துக்களை கொண்டு போய் சேர்த்தது.

மரபணுமாற்ற விதைகளுக்கு எதிரான போராட்டம், டெல்டா மாவட்ட மக்களின் வாழ்வாதாரத்தை பாதிக்கும் மீத்தேன் எடுக்கும் திட்டம் என பலபோராட்டங்களை நடத்தி இயற்கை வளத்தை காத்த விஞ்ஞானி நம்மாழ்வார்.

விவசாயம் என்பது எப்படி இருக்க வேண்டும். நாம் அதனை எப்படிக் கையாள வேண்டும். இன்றைய நிலையில் எப்படி இருக்கிறது. விவசாயம் என்பது உள்ளிட்ட பல கருத்துக்களுக்கு நம்மாழ்வாரிடம் விடை இருந்தன.

நிலங்களில் விதைப்பது வாடிக்கை நம்மாழ்வாரோ நிலங்களையே விதைகளாக்கி இருக்கிறார். ஆம் இயற்கை வேளாண்மைகான விதையை தமிழகம் முழுக்க பல்வேறு இடங்களில் விதைத்து, இன்றைக்கு அவையெல்லாம் இயற்கை வேளாண்மைக்கான பயிற்சிப் பட்டறைகளாக மிளிர்வது தான் இவரது வாழ்க்கை அர்ப்பணிப்புக்குக் கிடைத்துள்ள வெற்றி!

இயற்கை வேளாண் விஞ்ஞானி என்று அழைக்கப்படும் இவரது பேச்சு மற்றும் எழுத்தில் சமூகம், இயற்கை, கலாச்சாரம், வரலாறு, அரசி சுற்றுச்சுழல் என்று பூமிப்பந்தலிருக்கும் அனைத்தும் அடங்கி இருக்கும்.